NGUYỄN THỊ NGỌC LAN

MÀU THỜI GIAN

Tập truyện

Nhân Ảnh
2026

MÀU THỜI GIAN - ***Tập truyện***
Nguyễn Thị Ngọc Lan

Bìa: Uyên Nguyên Trần Triết
Dàn trang: Đỗ Huỳnh Đăng Ngọc
Nhà xuất bản Nhân Ảnh 2026
ISBN: 979-8-2958-2568-2

Sách có bán tại Amazon
hoặc liên hệ tác giả lanngocnguyen12391@gmail.com

Riêng tặng:

Anh Văn
Nguyễn Thị Phương Đông
Maya Acajabon
Kara Acajabon

MÀU THỜI GIAN

1. ÔNG CHỦ NHÀ

Cha rồi đến tôi, sinh ra trên chiếc giường mà tôi đang ngủ với vợ, đúng ra là tấm phản gỗ lim dày, chạm trổ tinh xảo. Vợ đang cấn thai, và con tôi cũng sẽ được sinh ra trên phản gỗ lim này, trong một căn nhà bề thế. Có vẻ như mọi sự đều hoàn hảo trên cuộc đời tôi.

Căn nhà, ông nội xây theo kiểu tây, sang trọng, cổ kính, để lại cho con trai đầu là cha, cha chết sớm, để lại cho con trai đầu là tôi. Các chị gái, lấy chồng làm ăn vất vả, nhưng không ai ganh tị, làm như cái thành kiến "nhất nam viết hữu, thập nữ viết vô" đã đi vào máu của người dân tỉnh lẻ này, và dĩ nhiên cả trong nhà tôi, từ đời này qua đời khác.

Từ bé, thì các chị đã phải đi rón rén khi tôi ngủ, hay ngồi học bài, miếng ăn ngon nhất phải để dành cho "cậu", chỉ tại là con trai duy nhất. Mẹ cũng rất lựa lời khi nói với tôi một vài câu, chứ không sai bảo la mắng ào ào, như với các chị. Khi vào đại học, cả nhà lại rón rén đi lại hơn, khi "cậu" ngồi vào bàn, trước cuốn sách mở ra.

Căn phòng riêng của tôi rộng, đầy đủ tiện nghi, bàn ghế tủ cổ bằng gỗ lim bóng lên vì bàn tay ông nội, cha, rồi tôi sử dụng hàng ngày.

Cha là người tây học, có khiếu thẩm mỹ, âm nhạc, và biết chơi đồ cổ, ông trang trí nhà bằng những món đồ xưa cổ, giá trị, đẹp, và rất nhiều đàn quý, ông thuê nhiều thầy dạy tôi đàn, ngoại ngữ, võ thuật, đặt mua nhiều tạp chí, sách, trong và ngoài nước. Cha nói, cha muốn tôi, trên thông thiên văn, giữa tường địa chất, dưới đắc nhân tâm.

Mỗi ngày, ngồi trên chiếc bàn cổ trong căn phòng riêng, kê sát bức tường kiếng dán giấy bóng, có thể nhìn thấy bên ngoài, nhưng bên ngoài không nhìn thấy bên trong, ngồi đọc sách hay gảy đàn vu vơ, ngắm nắng, gió, mưa, bão, người, chim... những con chim sà xuống hàng hiên lượm những vụn bánh, hay tình tự ve vãn nhau những lúc không có ai, chúng tưởng đang ở cõi một mình.

Căn nhà có mái hiên rộng, ở ngay thị tứ, gần bến xe, nên lúc nào cũng có người lỡ đường, mua không được vé xe hay lý do gì đó ngủ nhờ. Không xua đuổi họ, chả biết tại sao, tôi không ác không hiền, và cách họ vài gang tay, bên trong bức tường kiếng, ngồi đó nhìn họ, từ ngày còn tấm bé.

Phần đông khách tá túc chỉ một đêm, sáng tinh mơ họ biến mất, đến xế chiều lại có ai khác khệ nệ hành lý, khuôn mặt không bình an đến ngủ nhờ.

Vâng, mái hiên nhà toàn chứa những khuôn mặt không thư thái, bình an. Xếp hàng cả buổi, không mua được vé xe, về lại nhà thì xa xôi, họ tạt vào ngủ nhờ, để chờ sáng mai lại xếp hàng mua vé.

Vé xe ít hơn hành khách, nên mua được vé cũng như là trúng số, hà cớ gì mà tôi lại chặt lòng với người không trúng số.

Nhà không cổng, mái hiên sát mặt đường, họ và tôi đều mặc nhiên xem như, mái hiên là quán trọ miễn phí, không ai thắc mắc xin ở hay vẫy chào.

Công việc nội sai tôi phải làm mỗi ngày từ khi mới vài

tuổi, là mở điện thật sáng nơi mái hiên ban đêm, để họ được an ninh hơn. Và tôi đã làm theo lời nội dặn,hơn bốn mươi năm rồi. Nội nói, tôi là đứa cháu đứa con ngoan của gia đình, biểu sao làm vậy, không cãi lời, kể cả chuyện nhỏ như mở điện mỗi ngày, đến chuyện lớn như biểu tôi cưới vợ, người vợ mà gia đình chọn.

Có vài câu chuyện nghe kể lại về ông nội.

Khi xây căn nhà, nội trồng nhiều cây cảnh trang trí cho khu vườn, có những cây trồng trong chậu,nội và cha khéo chăm sóc, nên tốt tươi, sau khi cha chết, cây đã già, mà chậu thì nhỏ, nhưng không dám thay chậu, lỡ chết cây do ông nội trồng, tôi sẽ đau khổ, chứ không phải chỉ là buồn, nên cây vẫn sống chật chội trong cái chậu nhỏ, nhìn lại đâm ra hay hay.

Tôi ít bạn, vì không thích giao du, nhưng có vài người bạn của cha, và vài người bạn hiếm hoi mà tôi tương đắc, để có thể nói vài câu chuyện mà không thấy tiếc giờ, thì khoe ngay, những chậu cây đã qua ba đời chủ trong vườn nhà.

Chậu cảnh không cần tưới mỗi ngày, nhưng tôi tưới mỗi ngày, như người ta cầm bó nhang nghi ngút khói, trước linh ảnh người quá cố, khi nhớ đến. Tôi nhớ thương ông nội và cha mỗi ngày, khi ngồi trong cơ ngơi ông nội và cha để lại. Tôi nợ ông và cha nhiều quá, họ dư ăn dư mặc, nhưng làm ăn cật lực, chỉ muốn để lại cho thế hệ sau, là tôi. Các chị gái, họ tính là thuộc về gia đình chồng, tất cả đều để lại cho tôi, có chút gì bất công với các chị. Nhưng họ và các chị lại cho là bình thường,tỉnh lẻ này, chỉ xem trọng con trai.

Cũng có những cây không trồng chậu, mà trồng xuống đất. Góc vườn, nội trồng vài cây vả, cành lá trái chìa ra đường, những người lối xóm đi làm rẫy về, mỗi người vặt vài trái. Nội kêu thợ đến, bà nội tưởng ông cho rào cây vả lại, nhưng không, ông cho phá hết hàng rào, dặn con cháu, nếu những cây vả chết đi, phải trồng lại cây vả khác, vì xóm nhỏ, toàn người đi làm rẫy thuê, nghèo khổ chật vật, bữa ăn, thường là một chén mắm ruốc ăn với cơm, có thêm vài trái vả chấm mắm ruốc, thành một bữa ăn tươm tất hơn.

Trái vả hơi chát, chấm với mắm ruốc pha chanh tỏi ớt đường, thêm vài lá rau húng quế, ăn với cơm nóng, rất tuyệt. Mà lạ lắm, hai thứ đó, rất rẻ tiền, mà hợp nhau. Tôi cũng mê. Mùi tanh của ruốc, chát của trái vả, chua của chanh, nồng của tỏi, cay của ớt, ngọt của đường, thơm của rau húng quế, nóng dẻo của cơm, hòa quyện, tuyệt. Xa nhà, cứ nhớ…, mà phải là trái vả chấm mắm ruốc, không thể là chấm nước nắm, xì dầu, hay mắm nêm, nó lại đâm ra vô vị. Mà rau thơm ăn kèm phải là rau húng quế, kẹt mà ăn kèm với rau thơm loại khác, nó cũng kỳ kỳ, như phở mà ăn kèm với kinh giới, tía tô...

Nội cũng trồng vài cây đu đủ, lá mọc không kịp, vì họ hái, ăn sống hay luộc chấm mắm nêm thật cay, lá đu đủ đắng ngắt, nhưng họ ăn quen, lại nói ngon. Hình như cay hợp với đắng. Mùa mưa, nội cắm nhiều nhánh rau ngót, hết mùa mưa thì cây rau ngót đã tươi tốt, hàng xóm cứ hái lá thì lại ra lá mới, đã bén rễ, không cần tưới vẫn sống, dù trời rất nắng, rau ngót nấu canh cũng ngon, có tiền thì nấu với tôm, không có tiền họ nấu với ruốc.

Với họ, ông nội và cha, như một người đáng kính thân thương, nên vườn nhà, họ vào ra tự nhiên, trẻ con cũng thích đến hái hoa bắt bướm, đứa nào phá phách thì bị hàng xóm rượt chạy, họ bảo vệ nhà ông nội như bảo vệ một công viên nhỏ của mọi người.

Đến đời tôi, những cây đu đủ đã chết,những cây vả đã già cỗi, trái không còn là đà ở dưới nữa, nên không còn ai vặt trái để chấm mắm ruốc, mặc dù, tôi có để cây tre dài dưới gốc cây, để ai muốn ăn vả thì khèo. Cũng có thể, thế hệ sau này khá giả hơn, cũng có thể, thế hệ con cháu họ, đã không còn biết ăn trái vả chấm mắm ruốc nữa. Mà cũng có thể, mỗi thời một khác, xưa vặt nắm lá, dăm trái vả của lối xóm là chuyện bình thường, nay ngoài những đứa trẻ trâu, thì không ai làm vậy.

Cũng như xưa, buồn miệng, là cứ tạt vào nhà hàng xóm nói dăm câu chuyện, nay muốn đến nhà ai, phải gọi điện thoại báo trước.

Cũng nghe kể lại, căn nhà, có trước bến xe.

Nên mái hiên, thời ông nội, là nơi nghỉ chân cho dân miền quê gánh hàng ra chợ bán, họ đi từ sớm tinh mơ, đến mái hiên ngồi nghỉ, chờ chợ đông, ai có tiền, thì đi xe thổ mộ, ít tiền thì gánh hàng trên vai, khách chờ xe thổ mộ, thời ông nội, thường ngồi bệt chờ xe trước mái hiên, bạn hàng quen biết cả, nên nói, mái hiên, cũng là nơi tám chuyện của những bạn hàng.

Khi nắng quá, xà ích đưa cả ngựa vào hiên trú nắng. Những con ngựa thồ thời thơ ấu thường làm tôi khóc, khi ông cháu ngồi xe ngựa đi nhà thờ mỗi sáng Chúa Nhật. Xe ngựa chở trên chục hành khách, và đầy hàng hóa trên mui xe, lên dốc, ngựa ì ách kéo chậm chạp, xà ích quất xối xả hối thúc, tôi thương ngựa, khóc.

Khi trời đổ mưa bất chợt, thì khách bộ hành, xe đạp, cũng tấp vào. Và dù xưa hay nay, giờ tan học mà gặp mưa, mái hiên đầy tiếng cười nói của đám học trò đủ lứa tuổi, những lúc này, dù bận gì tôi cũng đến ngồi trên chiếc bàn xưa cổ, tìm xem có khuôn mặt nào mới không, tỉnh lẻ, những người ngang trang ngang lứa, biết nhau hết, thường là bạn bè của nhau, chỉ trừ tôi, tôi cũng biết mặt hết, nhưng không chơi chung, không phải kiêu ngạo, mà tính ít nói, chỉ nói chuyện nhiều với tri kỷ, còn không thì im lặng, từ nhỏ đã thế. Cha cho học trường Tây, có tài xế chở đi hoc. Ở trường, khi bạn học xúm xít trò chuyện thì tôi say sưa đọc sách. Chúng biết tính tôi, nên để tôi yên, có phần thương quý nữa, vì tôi hào sảng, hỏi tiền là tôi đưa, dù sau đó chúng nó bị đòn vì dùng tiền tôi, để làm điều xằng bậy.

Người già trong tỉnh lẻ đồn đãi nhau, căn nhà của gia đình tôi, trăm họ được nhờ, cách này hay cách khác, đời này qua đời khác.

Và tôi có thể xây cổng, xây rào, nhưng không làm, trổ lối đi khác, để họ, những người ngủ nhờ ở mái hiên, bớt ngại ngùng khi chạm mặt chủ nhà.

Ngồi bên trong, an toàn, sung túc, đầy đủ mọi thứ, tiện nghi, tiền bạc, danh vọng, nhìn họ từ khi mới vài tuổi, đến thiếu niên, thanh niên, trung niên.

Bao nhiêu mảnh đời, trôi qua lòng...

Bản chất không thích nói và nghe những điều vô bổ, tôi có một nơi trú ẩn cho sự tĩnh lặng, là chiếc bàn một trăm năm chục tuổi của ông nội để lại, chỉ ngồi đó mở trang sách ra, là người vợ, trở nên ít nói từ ngày về nhà này, cũng sẽ kiếm một nơi khác trong nhà để sinh hoạt, nhường lại một không gian tĩnh lặng, bình yên. Trầm mình trong tâm tư của mình, (một tâm hồn cũng bình lặng, không buồn,không vui, không day dứt, không sóng gió) nhìn họ, những người khách ngủ trọ một đêm.

Tôi không nghĩ đến sự giàu có của mình (không phải là tiền bạc) cho đến khi trò chuyện với ông ấy, một nhà văn luống tuổi, khi hỏi ông sao không bao giờ cưới vợ, một câu thôi, ông ấy nói, bỗng thấy mình giàu có mọi phương diện, một sự giàu có không cần cật lực phấn đấu để có như người khác.

"Vì tôi yêu sự tĩnh lặng"

Yên lặng rất lâu, hít một hơi thuốc, nhấp một ngụm rượu, ông nói tiếp :

"Nhưng bây giờ, nó nhiều quá"

Thế đó, những con người xa tổ ấm của họ, chưa đến được nơi muốn đến, họ mang một lòng hoang mang, một hồn bất định đến mái hiên nhà, ít khi bắt gặp nụ cười,trừ trẻ thơ.

Họ và tôi, cách nhau chỉ vài gang tay, nhưng cũng như những con chim đến trọ một thoáng, họ tưởng đang ở cõi một mình, không biết là ông chủ nhà đang ngồi nhìn. Trên mỗi khuôn mặt, đọc được một câu chuyện, có người giàu, nghèo khó, xấu, đẹp, già,trẻ, học thức, bình dân, một mình, đôi lứa... có khi tò mò mở hé cửa sổ, nghe được cả câu chuyện họ nói với nhau...

Một hôm, có cặp vợ chồng trẻ, hai đứa con đến ngủ trọ, một đêm, năm đêm, mười đêm, vẫn chưa đi. Tôi không hài lòng bước ra hàng hiên, chưa kịp nói, người đàn ông khẳng khiu, gầy gò, chừng ngang tuổi tôi, giấu vội củ khọai đang ăn, cúi đầu lí nhí:

"Cháu xin ông chủ cho vợ chồng cháu ngủ nhờ, mắt vợ cháu không nhìn thấy rõ, vừa xin được chân quét rác ở bến xe, chúng cháu có chút tiền sẽ đi mướn nhà ngay".

Tôi yên lặng bước vào, và từ cái bàn nhiều tuổi, đọc được trên khuôn mặt quắt queo héo hon đó, một niềm vui lớn..

Những khi không có ai, tôi dội nước rửa hàng hiên nhà mình, nhưng là tổ ấm của họ, có khi "bỏ quên" ở đó cả cái đùi heo quay to tướng, và mở hé cửa sổ, uống tiếng cười của bốn con người chưa biết mùi vị thịt.

"Mẹ Duyên ơi ăn cho nóng, từ từ hẳn quét rác, ai để quên đùi thịt, người sao mà vô ý, đùi thịt to thế mà quên"

Một đêm, nghe giọng nói lạ, đếm, trong tấm chăn kia, không phải bốn, mà năm con người. Ngồi cúi đầu trên trang sách như mọi khi, là vợ hiểu tôi cần một mình. Mở hé cửa sổ, và nghe lén biết bao là chuyện giữa năm con người kia.

Cô gái lạ cười khoe, chưa bao giờ thú vị như thế, vì được nằm ngắm trăng sao ở một nơi không phải là nhà mình cho đến khi ngủ, được ngủ giang hồ, giữa thanh thiên mà có bốn người bảo vệ.

Hôm sau, cuối tuần, chị quét rác đón tôi ở cửa :

"Nhờ cậu kiếm một việc làm cho cô Nguyễn, cô ấy đã từng dạy tiểu học, khách sạn không cho mướn phòng, vì không có giấy phép của công an, tôi rủ cô ở tạm đây xin việc làm, cô ấy đã xin việc vài nơi, đang chờ trả lời"

Chị nói và chỉ một cô gái đang ngồi với hai đứa bé con chị, cô gái nhìn tôi cười bằng mắt, nụ cười như người thân chào nhau, tôi có chút choáng váng bất ngờ, chỉ nói được một câu :

"Vâng, chừng vài hôm thì có việc".

Cô gái nói cảm ơn, cười hồn nhiên.

Vào phòng, ngồi trên chiếc bàn nhiều tuổi, nhìn thật

lâu vào khuôn mặt cô gái qua bức tường kiếng mà không ngại, vì cô không biết có người đang nhìn, năm con người đó lại đang ăn uống cười giỡn, hình như cô gái đang thổi sinh khí vào bốn con người kia, và tôi nữa, họ đang ăn khoai mà ngon lành thế kia ư, gia đình này toàn ăn khoai mỗi ngày.

Cô gái tươi tắn, xinh hẳn ra với mái tóc ướt vừa tắm gội, chắc chị quét rác vừa đưa cô gái và các con xuống sông tắm, tôi biết chị vẫn đem con xuống sông tắm giặt, vì thấy chị phơi áo quần trên những bụi gai ven sông.

Và tôi, từ ngày cô gái đến mái hiên nhà, cũng cảm thấy rộn ràng, bận rộn hơn, ngồi hàng giờ nhìn cô, và yên tâm, vì cô không biết có người đàn ông nhìn mình.

Cạnh bốn con người cũ kỹ, tầm thường kia thì cô sáng hẳn ra, áo quần thời trang vừa phải, trên một thân hình vừa vặn.

So với vợ, thì cô gái ấy có cái thua.

Vợ tôi, ngoài ít chiều cao, và ba vòng: ngực mông bụng bằng nhau, thì nàng đẹp, tìm không ra một nét xấu trên khuôn mặt. Mắt, mũi, miệng, làn da...đều đẹp, nhưng tổng hợp những cái đẹp đó, lại thành một khối đẹp không cuốn hút bất cứ ai, kể cả tôi, tôi không thể đặt trên khuôn mặt đẹp đó một nụ hôn, vì nàng nhạt, ái ân cũng vừa phải, vì nàng nhu mì, chân chất gái quê, mà tôi lại không thích giả dối, hoặc cố gắng.

Những ngày mới cưới, nàng cũng hay nói, lúc nào cũng nói được, với bất cứ ai, câu chuyện của nàng chỉ giới hạn từ nhà tới chợ, từ vựng của nàng, nhiều bằng đứa bé lên năm, tôi lạnh mặt nghe, và nàng thôi nói. Từ đó, chỉ yên lặng ngóng nghe chồng dặn dò vài câu mỗi ngày.

Áo quần nàng mặc, chủ yếu là chắc bền, chỉ vài kiểu, cổ lọ, tai bèo, lá sen, … Nếu nàng lạc vào giữa những đàn bà tỉnh lẻ này, tôi cũng chẳng nhận ra được vợ mình, còn bên trong những lớp áo quần, thì tôi chỉ biết đại khái.

Nàng không biết yêu, không cần yêu, không biết buồn, chỉ ngưỡng mộ, tôn thờ, phục tùng chồng. Chỉ được phục tùng chồng là thỏa dạ, tôi đoán thế.

Cũng xui cho vợ, nếu nàng làm vợ một người bình dân học vụ, thì chắc cả hai hạnh phúc, cứ líu lo những câu chuyện vô bổ, nhưng miễn hợp tai nhau, là hạnh phúc. Tôi thì dị ứng với những câu chuyện nhảm, những lời nói nhạt nhẽo, hoặc sắc sảo quá…

Nàng không phải là loại người thích nhảy xổm lên, từ phòng ngủ, phòng khách, xó bếp, góc vườn, để đòi bình đẳng, trên ra trên, dưới ra dưới, nhưng phải chi nàng nhảy xổm lên mọi nơi trong nhà, và trên tôi, như cô gái nọ trong trang sách, biết đâu, tôi có chút cần nàng.

Tôi mê đọc sách, thượng vàng hạ cám.

Thực ra, người vợ và chiếc phản gỗ lim trong cuộc đời phải dính lứu đến, chỉ để nằm lên trên, cho nên sách là bạn, bạn là nhu cầu lớn hơn nhu cầu nằm lên trên.

Tôi có vốn ngoại ngữ, thích sách truyện, phim lãng mạn, cổ điển, nhạc đồng quê....cho nên sự mộng mơ, cũng không giới hạn trong lũy tre làng. Đôi khi, mê mẩn một cô gái trong trang sách, ước vật nàng xuống, chà nát mặt, hôn ngấu nghiến trên từng chân răng.

Chưa bao giờ được hôn, tôi thèm khát.

Và, cô con gái kia, coi kìa.

Chỉ được mái tóc dày đen mun liêu trai, một chút cẩu thả, một chút hoang dại, không suôn sẻ, điệu đà, như là vừa từ giường ngủ bước ra, vì nàng không chải tóc, chỉ dùng năm ngón tay bé bỏng vuốt nó, hất nó qua bên nào ít làm phiền, đùa giỡn với nó, xoáy xoáy ngón tay vào từng lọn tóc, chẳng để làm gì, chỉ để tôi ngẩn ngơ. Bàn tay nhỏ nhắn thuôn ngón xinh xắn, bàn tay con gái hư, chẳng làm việc nhà, nên mới thuôn dài mịn màng như vậy.

Mông và bầu vú no tròn, gò má hơi cao, ngữ này mẹ sợ, sát phu mà, mắt mũi tàm tạm, nhưng làn da, đã không trắng (tiêu chuẩn đẹp ở tỉnh lỵ này) lại lấm tấm mụn dậy thì.

Thế mà quyến rũ, nó toát ra một nét thảnh thơi, tự tin, hồn nhiên, thơ ngây, thông minh, trong sáng, hiền lành,tươi tắn,duyên dáng,trên khuôn mặt đó, như một cuốn sách hay mà tôi thú vị, dè sẻn, đọc từng trang. Một khuôn mặt có cá tính, duyên chất ngất, nhưng tôi không cho là đẹp.

Những đặc tính tôi mê mệt nơi nàng, mẹ không màng, mẹ chỉ cần một cái hông nở, dễ đẻ, khuôn mặt nở nang, đem may mắn cho chồng, tuổi không kỵ nhau, là mẹ muốn cưới cho con trai.

Còn tôi, không biết trên đời có người, có cô con gái như trang sách thú vị, cho tôi lật từng trang say mê, khám phá. Hay chỉ nhìn cái gáy, tựa sách, là đã mê. Cô không khoe những đường nét mê ly trên thân thể giấu trong chiếc áo khéo cắt, nhưng cô vô ý lắm, làm nó chọc vào mắt tôi, ngày và đêm.

Tỉnh lỵ này, có bao nhiêu giai nhân, tôi biết hết, nhưng chẳng màng, dù là thời mới lớn hay hôm nay. Mà sao cô con gái nhan sắc vừa phải này, làm tôi chới với. Nàng như từ trang sách bước ra, đậu má môi thân thể sát vào tôi, chỉ cách nhau vài mi li mét, bề dày tấm kiếng.Tôi đã bị xao động, bởi khuôn mặt, thân thể, dáng dấp đó. Cô hồn nhiên tựa mái tóc, khuôn mặt, vào khung kiếng, tôi nhích tới, rà ngón tay trên gò má sát phu, bờ môi dày mọng, gợi một niềm chăn chiếu, vài lọn tóc mây gió thổi bung, bầu vú no, căng, sau làn áo mỏng.

Không biết có người đang ngắm,nàng cứ nói cười với đám trẻ, nụ cười như hoa, và giòn tan như thủy tinh vỡ, giọng cười trẻ thơ, trên khuôn mặt thiếu nữ, làm tươi hẳn căn nhà bốn đời xưa cũ. Và khuôn mặt, chỉ cách ngón tay tôi vài mi li mét, bề dày tấm kiếng, nhưng xa xôi quá, lại rà ngón tay vào bờ môi dày mọng không tô son, và lên cơn sốt thèm khát.

Cáo bệnh không đi làm, đóng cửa, chỉ ngồi bên nàng, cách nhau một tấm kiếng, thú vị và đau khổ, nàng không hay biết có người ngắm nàng mê mẩn.

Đúng là thứ con nhà giàu vụng về, không làm việc cũng vẫn đủ sống vương giả, nên quên mất cô gái rất cần một việc làm.

Thực ra, tôi cũng đã tính toán cuộc đời nàng trong cơn yêu mê sảng lúc nửa đêm, thừa tiền lo cái ăn cái ở cho nàng mà, nàng chỉ ngồi đó, cho tôi ngắm, chỉ ngồi đó, cho tôi mơ mộng, chỉ mơ mộng, chỉ thèm khát. Chiếm hữu nàng, tôi không có cái gan đó, dù chỉ trong cơn mơ. Có cái gì trên khuôn mặt đó, như sương khói mong manh, trong suốt, đụng vào là vỡ… Chỉ chạm một ngón tay vào bên trong lớp áo, e vỡ nát nụ cười trẻ thơ, vỡ, và không bao giờ nhặt lại được.

Nằm dưới sàn nhà, cho gần nàng hơn, chỉ cách nhau một tấm kiếng, không thể chung chăn. Rung động từng thớ thịt, không dám ngủ, nằm ép sát người vào tấm thân nàng, nhưng vẫn cách nhau vài mi li mét, tôi đã bắt đầu đau khổ và mơ mộng ngập không gian...

Mười ngày, tôi chỉ ngủ khi quá mê mệt, còn thì chỉ ngắm nàng… và mơ ước, ước được có em trong cuộc đời, bên trong lớp áo kia, là một thân thể nóng bỏng, bên trong mái tóc liêu trai kia, là một đầu óc thông minh, dí dõm …

Uống cà phê triền miên để thức, ngắm, mơ mộng. Vì cô con gái từ trong tiềm thức, từ trong mơ ước, từ trong những trang sách mà tôi say mê, đang bước xuống cạnh cuộc đời.

Buổi sáng cuối tuần thức giấc sau giấc ngủ ngật ngầy mê mệt, chỉ còn thấy bốn đôi chân thò ra trong chiếc chăn, vụt dậy, nhào ra hỏi :

"Cô Nguyễn đâu".

"Cô ấy xin không được việc, đã mua được vé xe và về quê rồi, có gởi lời chào ông chủ"

"Quê ở đâu, có địa chỉ không"

"Không có"

Tôi hụt hững, chới với, lao ra bến xe, may ra gặp nàng, nhưng không gặp. Khó tha thứ cho mình, chỉ mê suông, thừa khả năng chăm sóc nàng, nhưng tôi rụt rè vô ý, để em đi mất. Và day dứt, em sẽ sống làm sao trong cuộc đời khó khăn này.

Trở về ngồi trên chiếc bàn xưa cũ mà ông nội, cha, đã từng ngồi, buồn ngây ngất, bao nhiêu mùi vị khổ đau, thất tình, thất vọng, chán chường, tôi uống hết. Từng đêm, nằm yên một mình trên tấm phản gỗ lim, và nhớ em, từng phút.

Tưởng không bao giờ nguôi, tưởng đời mình đã hết, tưởng không sống nổi.

Nhưng....

Rồi thời gian cũng phôi phai tất cả, tôi lại tiếp tục công việc làm ăn của cha, làm chồng của người vợ nhạt, làm ông chủ ngôi nhà có mái hiên rộng cho người lỡ đường...

thời gian lại trôi...

Cuộc sống bình thường như mọi người, không hạnh phúc lứa đôi, nhưng cũng quen đi, thi thoảng, em hiện ra trong giấc mơ, tôi thức giấc, và khóc.

*****

****

Một buổi sáng, ba mươi năm sau, có người thiếu phụ đứng nhìn căn nhà, và nhìn thật sâu trong đáy mắt tôi lúc đang tưới hoa, nhìn lại, nàng không cúi mặt, hay quay đi bối rối, như lẽ thường.....cứ chiếu ánh mắt ướt long lanh thăm thẳm... khiến một người đàn ông không vô tâm lắm, thì phải đến hỏi han nàng:

"Vì sao..."

"Có phải anh là ông chủ nhà"

"Phải"

"Anh có thể mời tôi ly trà không?"

Thế là tôi gặp lại người con gái ngoài khung kiếng, bên mái hiên nhà, ba mươi năm xưa.

Tôi run rẩy ôm mặt, cúi đầu, kêu gọi sự tỉnh táo. Không phải là giấc mơ chứ, em thật, không phải là sự lầm lẫn chứ. Đã bao lần, tự nói với mình, không gặp lại em, hẳn là một sự bất hạnh lớn, ao ước gặp lại, dù lòng say mê đã nguội theo tuổi và ngày tháng... nhưng luôn luôn ước gặp lại, người làm tôi say, tuổi hai mươi, và chỉ say một lần. Càng lớn tuổi, mơ ước càng lớn, như hoa, nở rộ để chờ tàn trong sự thỏa lòng.

Em là ai, mà đã chặn hết niềm say tình nơi tôi từ dạo đó…không phải em, mà bất hạnh tôi, say trái mùa. Ngắm em, uống hết ánh mắt em xa xăm, ngấn lệ.

Em tìm về tuổi hai mươi của em, và tôi là một nét chấm phá thôi, trong bức tranh tuổi hai mươi, tôi đoán thế. Có hề gì.

Em đẹp già dặn, có cái nét mơ hồ của một người đàn bà không sống trong nhung lụa, nhưng phong lưu, dư giã… những món phụ kiện, trang sức, áo quần tinh tế, khiến người ta có thể lầm về tuổi của em… mái tóc dày đen nhưng đã lấm tấm bạc, làn da, không còn mụn dậy thì, nhưng có đôi vết hằn năm tháng.

Em độc thân, vợ tôi đã chết, tuy không còn yêu điên dại như tình yêu ngày xưa nữa, tình yêu nồng như rượu mạnh đã ngủ yên không thức dậy với bất cứ với ai sau em từ dạo đó, và cũng đã nhạt nhòa đi với thời gian…nhưng hạnh phúc ngút ngàn, khi gặp lại em.

Tha thiết mời em ở lại nhà, em đùa duyên dáng:

"Sau ba mươi năm, qua bao phấn đấu, tôi đã xoay xở

được đủ giấy tờ hợp pháp để mướn khách sạn, khi rảnh anh đến thăm tôi đi"

Nài nỉ, và dìu em về xe hơi của tôi:

"Lên xe đi, về khách sạn chở hành lý đến đây, mình có nhiều chuyện để nói mà"

Em ngồi trong xe, bên tôi,cười buồn:

"Chiếc xe Ford màu xanh của anh không còn nữa nhỉ."

Tôi sững người nhìn em rất lâu không nói. Ướt mắt buồn, em nhìn thấy.

Đưa em vào căn phòng riêng, thu xếp chỗ ngủ cho em trên chiếc phản gỗ lim, mà em không hay biết rằng, em đã nằm đúng vào nơi tôi mơ ước trong ba mươi năm, tôi đã sắm hai chiếc gối, một bên là của em, chỉ thỉnh thoảng, mới xê dịch chiếc gối vào giữa lồng ngực, ghì siết nhớ nhung.

Ngày đó. Tôi thuê một đội ngủ thật nhiều thợ xây cất, thuê cất cho vợ một căn phòng lộng lẫy, trang trí diêm dúa màu mè, hoa lá cành, rồng bay phượng múa, bàn ghế tủ giường lòe loẹt như cung điện trong phim cổ trang Tàu và mua cho vợ vàng bạc, đeo ngập người, một tủ đầy tiền mới, phim bộ, ca nhạc rẻ tiền sến súa nhảm nhí cải lương....Đó là điều vợ thích. Vợ tôi háo hức bận rộn để trang trí cho căn phòng mỗi ngày thêm phần diêm dúa, đếm tiền, và thưởng thức mớ “thức ăn tinh thần“tôi thuê người cung cấp thường xuyên, nên chẳng màng đến chữ “thất sủng“. Mà vợ tôi chưa nếm mùi “sủng ái”, nên cũng chẳng biết đến vị “thất sủng”. Tôi chỉ cho vợ điều tôi có, là sự giàu có của tôi, và vợ hài lòng, ngày qua ngày mãn nguyện, hạnh phúc, thỏa lòng, trong căn phòng lòe loẹt, diêm dúa, nhưng thiếu tôi.

Những ngày ở phòng tôi, vợ bắt buộc phải chịu đựng loại nhạc cổ điển ngoại quốc tôi nghe, loại phim tôi xem… chắc cũng chán. Vợ nói, cảm ơn anh đã chiều chuộng em và sở thích của em. Tôi thầm nói cho tôi nghe, tôi mua cho em cả thế gian này, trừ tôi.

Vợ biết chiếc dây cột tóc màu đỏ và tấm hình của em trong ví tôi đã lâu, nhưng chẳng lấy làm thắc mắc hay buồn bã, như thể, đó là một chuyện vợ không thể hiểu, như trăm ngàn chuyện khác, thuộc về tôi. Đã nói, chỉ cần phục vụ chồng, chỉ cần chồng hài lòng, là sự thoả lòng của vợ mà.

Chiếc phản gỗ lim, từ ngày em rời xa, tôi thề, sẽ không một ai được nằm lên, chỉ tôi và hình bóng em. Tôi đã xin phép linh hồn cha và nội, lúc tưới chậu bôn sai do nội trồng, mà tôi cho là có linh hồn như chiếc phản gỗ lim này, vì cha đã nói, mỗi đứa bé trong nhà phải được sinh ra trên chiếc phản gỗ lim do ông nội thuê thợ khéo về làm, mà ông nội rất tự hào về nó. Em là cô dâu thất lạc, bất hạnh của cha, cha đã biểu tôi tìm và cưới em mà, nhưng trời đất mênh mông, tưởng đã mất em.

Mai tôi sẽ nhờ em tưới cây bôn sai nội trồng, và sẽ thì thầm với cha và nội "cô gái con thương nhớ đã về nằm trên tấm phản gỗ của nội"

Đêm nay, mái tóc em rơi trên chiếc gối, mà tôi thì ngu ngơ xao xuyến ở phòng khách, vườn hoa. Không ngủ, đi quanh vườn, hướng mắt về căn phòng, nơi em đang nằm, ước gì em cũng không ngủ được, và cùng thức với nhau, ước có thật nhiều can đảm để xin được nằm bên em, trên chiếc phản gỗ lim.

Đứng ở cửa rất lâu, ngần ngại, cuối cùng gõ cửa, em mở, khọac vai đưa em vào chỗ nằm, với hai ly cà phê thơm ngát:

"Chắc em đi xe đường dài mệt, cứ nằm nghỉ, cho anh ngồi đọc sách bên cạnh, uống ly cà phê với anh"

Nói và kéo chiếc ghế, cuốn sách trên tay, ngồi bên em trước khi bị từ chối.

Muốn da thịt em in dấu trên áo quần chăn gối tôi cho thành thiên thu kỷ niệm. Nên khi em giặt sấy áo trong máy nhà, tôi chỉnh máy sấy, cho áo không thể khô, và cho em mượn áo quần ngủ của tôi. Ngắm em nằm cuốn mình trong chiếc chăn đã ủ tôi mỗi đêm, bé nhỏ trong bộ áo ngủ rộng thênh của tôi, mà thương em thật thà, một đêm đã bị tôi gạt mấy lần.

Tôi kể đủ thứ chuyện, cho em khỏi buồn ngủ, hỏi han về cuộc đời em, hai khuôn mặt chỉ cách nhau vài gang tay, ngửi được cả mùi hương đàn bà quyến rũ, quét mắt xuyên qua tấm chăn em đắp thầm trách, người gì mà vô tâm, thấy người ta ngồi mỏi mệt, mà không mời nằm chung, trời lạnh, chăn thì rộng, cũng không cho đắp chung.

Thức trò chuyện cùng nhau, trong căn phòng riêng ấm cúng, em cười nói thật nhiều đêm nay:

"Đi lấy mớ trái cây anh mua hồi sáng ăn chung đi, ba chục năm tôi chưa được ăn, chỉ được ăn trái cây đông đá"

"Dám sai chồng hả"

Em cười tươi, ngồi cuốn mình trong chăn, áo tôi rộng và khuy áo trên bị mất, thực ra tôi đã làm cho khuy áo bị mất năm phút trước khi cho em mượn áo, một tay em túm cổ áo, sợ ai nhìn thấy bên trong, tôi chỉnh áo cho em:

"Em sợ gì, chỉ có chồng em ở đây thôi, mà chồng em đã thấy hết, từ lâu lắm rồi"

Em cười xấu hổ, tôi chăm từng miếng ăn cho em, pha

trà cho em uống, đêm, cho em uống cà phê, rồi uống trà, âm mưu cho em thức cùng tôi, mà em cứ thật thà uống.

Nữa đêm ngồi ăn vặt, nói chuyện nhảm trên giường, chỉ là vợ chồng hoặc tri kỷ,ước là mãi mãi.

Gần sáng, ôm em đặt xuống gối, đắp chăn,hôn lên mái tóc hối thúc em ngủ, ghẹo em khi mặt tôi chỉ cách bờ môi em vài mi li mét:

"Áo anh lâu chưa giặt, chăn cũng chưa giặt, em ngủ ngon với mùi hương của chồng nghe, khu này cũng nhiều ma, sợ thì gọi chồng, giường rộng mà"

Em lườm tôi, con mắt có đuôi, sắc lẻm.

Tôi lại pha cà phê, uống để thức, tiếc từng phút bên em, có một đời để ngủ, nhưng không biết có được nhiều đêm tuyệt vời như đêm nay không.

Em ngủ say, vài sợi tóc rơi trên má, tôi uống từng đường nét không hoàn hảo, nhưng thật duyên dáng nữ tính với mắt tôi, muốn hôn em, hơn thế nữa, nhưng ngại ngùng. Chỉ tán tỉnh và cầu nguyện, cho em rơi vào lòng tôi.

Ngồi nhìn em ngủ, nhớ người con gái hai mươi tuổi bên ngoài khung kiếng, đã làm tôi say mê, và suy tính, làm sao để rủ em ngủ chung mãi mãi, suốt đời, trên chiếc phản gỗ lim này. Quyết định của em, là tuyệt vời hạnh phúc, hay nỗi buồn nhân lên, đối với tôi.

Sáng hôm sau, chờ em ở vườn hoa với bình trà nóng. Em cười chào bằng mắt, tôi say đắm ngắm mớ tóc ướt mới tắm gội, lại nhớ cô gái yêu kiều ba mươi năm xưa, bên giòng sông cạn.

"anh ngủ ngon không"

"không ngủ tí nào, buồn"

Và tán tỉnh em bằng câu thơ của ai đó:

"Yêu em hôm nay, mà nhớ em ngày sắp tới"

Em vuốt ve chiếc xe Ford màu đen của tôi, nói vu vơ:

"Sao nó không là màu xanh nhỉ"

Tôi lại sững người nhìn em, em lờ đi, rót hai ly trà, tôi lì lợm ôm khuôn mặt, vuốt mái tóc ướt, thơm mùi dầu gội của riêng tôi:

"Anh sẽ làm nó thành màu xanh, nếu em muốn"

Em lại cười bằng mắt, nhìn tôi không nói. Em có cái nhìn, như nói vạn lời.

Ở chung với vợ chồng đứa con trai, nhưng chúng tránh mặt khi cha có khách có vẻ đặc biệt. Tôi và em cùng nấu bếp, dùng bữa, rồi đi chợ, nấu bếp, uống trà, đàn hát, nghe nhạc.... khoảng cách xóa nhòa từng phút.

Hôm sau, chở em ra phố, về những vùng quê...

Cuối ngày, chở đến một giòng sông cạn, mắt em thoáng buồn xa xăm:

"Tôi đã từng tắm ở đây"

"Anh biết"

Em ngạc nhiên nhìn tôi, nghiêng nữa mắt:

"Sao anh biết"

"Một lần, thấy cả nhà chị Duyên và em biến mất, anh lái xe đến đây, vì đoán chị Duyên và em đi tắm giặt, không thấy anh chở đến ngay chỗ em tắm sao, anh ngồi trong chiếc xe Ford màu xanh, kiếng xe dán giấy bóng, em không thấy anh, nhưng anh nhìn thấy bên ngoài"

Dí mắt vào mặt em, cười:

"Và nhìn thấy em tắm, thấy hết, con gái hư, tắm sông mà không mang áo"

Quét ánh mắt qua từng vùng thân thể, dừng lại trên hai bầu vú, em quay đi tránh né ánh mắt gian. Ôm khuôn mặt nhỏ nhắn trên hai bàn tay, kéo sát mặt tôi, thèm điên dại, một nụ hôn trên đôi môi mọng không thoa son, nhưng không dám, dù đã xa vời vợi tuổi hai mươi khờ dại.

Em cười vang, vỡ toang một sự sơ giao, vẫn giọng cười trong trẻo, tươi vui ngày nào, không biết cười vang để tránh né một nụ hôn, hay cười vì người đàn ông bạt mạng.

"Em ngạc nhiên đó"

Em thôi xưng tôi, đã tiến gần nhau hơn, và tôi lì lợm xấn tới:

"Nếu em năn nỉ, anh sẽ kể rất nhiều điều về em"

"Về em hả, năn nỉ, kể đi"

Và tôi kể rất nhiều, kể hết...cho đến khi đêm dày đặc, về những thèm muốn, mơ mộng, về suốt mười ngày bỏ đi làm, chỉ để ngắm khuôn mặt, thân hình em qua tấm kiếng, về sự đau khổ khi em rời căn nhà, về day dứt để em bước xuống cuộc đời hoàn toàn không có màu hồng, trong giai đoạn bao cấp khó khăn đó, về tấm phản gỗ lim, tôi đã biểu vợ qua phòng khác, chỉ để nằm mơ màng về em ...

Tôi khoe sợi dây cột tóc màu đỏ em đánh rơi trước mái hiên nhà ba mươi năm trước, mà tôi đã ướp nó lên mặt cả ngàn lần, ngủ với sợi dây cột tóc màu đỏ đặt trên ngực, dưới bàn tay, sợi dây đỏ nằm trong ví tôi ba mươi năm. Một lần, để quên ví ở nhà, nhờ cha đem ví ra công ty, cha đưa ví, và tay kia, giao sợi dây cột tóc màu đỏ, nhìn tôi rất lâu, nặng trĩu, cha biết tôi yêu ai đó....

Hình như cha hối hận, đã ép, chọn, và cưới vợ tôi quá

sớm, vì là con trai duy nhất, cần sinh nhiều cháu cho gia đình, và cha biết muộn, người vợ mà cha mẹ chọn, đảm đang, nhưng không phải là mẫu người để tôi yêu, từ sự hối hận đó, có lẽ, ít lâu sau, cha giao chìa khóa két sắt cho tôi:

"Con tự quyết định mọi sự trong nhà và công ty, con cứ làm bất cứ gì con muốn, cha chỉ phụ"

Trước khi chết vài tháng, có lần cha con ngồi uống trà, cha nói:

"Sống chỉ một lần, nếu con yêu ai, cứ đến với người ta, dù có phải cho vợ con một nữa gia tài của cha"

Tôi quay mặt, khóc rung cả người trước mặt cha, biết em đâu mà kiếm.

Em vời vợi buồn khi nghe kể chuyện, xin lại sợi dây cột tóc, tôi quyết liệt muốn có em trong những ngày còn lại của cuộc đời:

"Đây là sính lễ cưới em, hoặc là, nó theo anh về dưới mộ. Như em đã nói với anh,chỉ mười ngày, sao anh có thể yêu em nhiều đến thế, nhưng mười ngày của anh, có khi nhiều hơn một đời người đàn ông nhìn vợ, anh chỉ ngủ khi quá đuối, còn thì chỉ ngắm em, ngày và đêm, vì yêu em, nếu ai đó nói, anh chỉ yêu anh và yêu sự rung động đầu đời của anh, thì cũng có đúng phần nào, nhưng em là nhân vật chính mà, anh tha thiết muốn có em trong đời, thời gian mình sống không còn nhiều, về ở với anh"

Em quay đi, đôi mắt ướt. Tôi đau đứt cả ruột, mơ hồ như lời tỏ tình muộn màng có gì trục trặc.

"Sau đó, ba bệnh nặng, rồi qua đời, gánh vác đại gia đình, công việc làm ăn bận rộn, bị nhiều chi phối nên cũng bớt sự nhớ nhung, vã lại thời gian"

Tôi đỗ lỗi cho thời gian,điều đó tôi cũng kể với em.

Em nói:

"Anh dám nhìn em tắm thì anh giỏi thật, em không biết điều đó, nhưng có một điều, chỉ một thoáng, trong một đời người dài đăng đẳng, đôi khi ánh mắt anh buổi chiều hôm đó làm em buồn bã...và bâng khuâng cả một đời"

Tôi ngạc nhiên:

"buổi chiều nào?"

"Khi anh ngồi trong chiếc xe Ford màu xanh, chỉ cách lưng em vài bước chân, để nhìn em cả buổi chiều, buổi chiều cuối cùng, ngồi một mình trước mái hiên nhà anh, quả thật em không biết, vì kiếng xe anh sẫm màu, nhưng vì anh tham, có lẽ muốn "nhìn em không qua một lăng kính nào ". Anh quay kiếng xuống, anh tưởng em không biết, nhưng em liếc thấy ánh mắt si dại của anh nhìn em, em làm như không thấy, vì con gái thích uống những ánh mắt si mê mình vậy đó, cứ lờ đi, cho người ta si mê mình.

Con gái thường trả giá thật đắt, để đổi ánh mắt thèm

thuồng, si mê của người khác, em không cố gắng, nhưng em nhặt được ánh mắt si mê, trên khuôn mặt đẹp, phong trần, đầy khí phách như Tiêu Phong trong truyện kiếm hiệp, là anh, chưa yêu anh, nhưng thi thoảng lại nhớ đôi mắt si dại của anh nhìn em, ngày em hai mươi tuổi.

Có lần, xem triển lãm xe cổ, có chiếc xe Ford màu xanh, chắc cùng năm sản xuất, họ tân trang, trông mới như xe anh, em ngắm mãi, đến nỗi chủ xe thắc mắc,em nói:

"Đã có một người con trai, ngồi trong xe Ford màu xanh, lén nhìn em si dại ngày xa xưa"

Và em đã khóc đêm đó.

Cũng chưa phải là khóc nhớ anh, chỉ vì thương thân thôi. Vì sau anh, không còn ánh mắt si mê nào dành cho em nữa.

Đói bụng thì hay nghĩ đến thức ăn ngon.

Em đói tình, suốt đời đói,nên cứ nhớ đến đôi mắt người con trai si mê mình. Chồng cũ ngày xưa đến với em vì cần thiết thôi, tệ hơn vậy nữa, em bị gạt, mất tuổi thanh xuân, trung niên, lão niên.... nên một đời, em chỉ có một ánh mắt anh, để khoe với em rằng: đã từng có người con trai si mê ngày em hai mươi tuổi.

Buổi sáng hôm sau, cố ý chờ anh để chào từ giã, nhưng không gặp được, ngồi trên xe đò một ngày để về lại nhà, chưa bao giờ buồn như khoảng thời gian đó, buồn vì mới bước vào đời mà tương lai u tối quá, chứ chưa biết buồn vì đàn ông đâu"

"Phải chi buổi sáng em đi, anh gặp được em"

"Để làm gì"

"Anh sẽ thuyết phục, bài thuyết phục em, anh soạn kỹ trong đầu, chờ cơ hội để nói, nhưng tuổi hai mươi của anh nhút nhát quá, chưa kịp nói, thì đã mất em. Tiền anh nhiều như lá, anh có thể mua một lâu đài để em làm chủ nó và làm chủ anh. Chỉ ở đó cho anh tôn thờ, muốn chăm sóc em suốt đời, không phải là tên trọc phú, anh có nội lực đủ để quyến rũ được cái đầu thông minh của em, tình yêu của anh nhiều vô hạn, chỉ muốn cho em một sự an toàn suốt đời, cái dáng bơ vơ của em trước mái hiên, ngồi tựa đầu vào cột nhà anh, buồn bã, một mình, nắng vàng trãi trên mái tóc, đẹp như tranh, dấy lên một lòng thèm muốn chăm sóc em vô cùng tận. Anh cũng dự tính, cho vợ luôn cái nhà bốn đời xưa củ, và thật nhiều tiền, để xin được tự do để cưới em.

"Một vé số độc đắc, định mệnh không cho em nhận được, lúc vừa bước vào đời. Anh không tưởng tượng được, em gian nan cỡ nào trong khoảng thời gian đó đâu, hoàn toàn tự mình lo cho đời mình, trong giai đoạn bao cấp khó khăn. Bơ vơ, chữ anh tả về em, đúng lắm luôn, suốt cả cuộc đời. Gia đình em, cũng như nhiều gia đình khác, con gái nuôi đến hết trung học là mặc kệ, không chu cấp nữa. Mà ba em là họa sĩ thành công, nhiều tiền.Em học đại hoc, đêm làm hãng sản xuất áo đi mưa, để tự thuê nhà trọ, tự chăm sóc mình.

Hoc vất vả, bước xuống cuộc đời, còn vất vả hơn.

Ra trường, họ chuyển về dạy một nơi xa xôi hẻo lánh, không thơ mộng như trong tiểu thuyết.

Buổi sáng, đến trường phải ngang qua một đám cỏ ướt, đầy những con vắt, con đĩa đói, chúng chui vào trong thân thể, kinh hãi. Buổi trưa nóng cháy da. Mùa mưa, chẳng thấy được chân mình, vì bùn lầy. Đến lớp, người vừa dơ, vừa ướt nhèm. Ăn thì nhai mì gói khô thường xuyên, vì nấu bằng củi, bếp ướt, củi ướt, phải vài ngày nắng mới khô, chưa kịp khô,thì lại mưa. Dầu đốt, phải mua ở chợ thị xã, mười cây số, xách thì nặng, nên chỉ mua ít để thắp đèn, ở đó không có điện. Em có tiền đủ để sống vài năm, từ những ngày vừa đi hoc vừa đi làm, nhưng muốn mua gì, phải đi mười cây số, nên cuộc sống như người rừng, gì cũng không có, muốn mua một chiếc xe đạp, cũng không có đường cho xe đạp.

Bạn học, viết thư thăm hỏi nhau, đó là một niềm vui lớn với em. Em hồi âm cho bạn bè, và đại ngôn rằng:

"Ta có một lối đi riêng."

"Một mình một lối đi sầu riêng ai…"

"Phải tạo một con đường cho bản thân…"

Là vì, cỏ hoang cao đến nữa người,đạp lên cỏ để đến lớp, mỗi ngày đạp lên cỏ mà đi, riết thành :

"Một lối mòn"

"Một con đường của riêng em".

Nhưng con đường của riêng em, nó gập ghềnh, chỉ có thể đi bộ, xe đạp thì không thể.

Sống một mình, không có đứa con gái nào dám ở, chỉ toàn thầy giáo mới dám đến đó dạy con nít, để khỏi đi nghĩa vụ quân sự. Có một cái chòi của dân làm rẫy bỏ hoang, em thu dọn làm nhà của mình, nếu không, thì phải ở chung với sáu thầy giáo, trong một căn phòng do trường cấp, chỉ có tấm màn vải ngăn cho riêng em, bất tiện cho họ nhiều hơn em, vì phải nghe từng tiếng ho, tiếng thở, tiếng nói, của bảy con người trên dưới hai mươi tuổi. Buổi trưa mùa hè, nóng kinh khủng, nhưng không ai dám hở hang trong phòng cho bớt nóng, vì trai gái ở chung, cho nên, em quyết định ra riêng. Mỗi buổi chiều, sắp tắt nắng, buồn xoáy cả hồn,đêm, còn tê tái hơn. Cô đơn và cô độc.

Một đêm, thắp đèn dầu, mưa và gió lồng lộng luồn qua vách lá đơn sơ thổi tắt đèn, mò mẫm không tìm thấy hộp quẹt, hoang vu, đêm thăm thẳm đen, tiếng mưa rơi trên mái lá, gió xô lau sậy kêu vi vút, run rẩy sợ ma suốt đêm, mà cái chăn mỏng manh, cũng bị ướt vì mái lá dột. Nếu thời đó có điện thoại,em đã gọi bất cứ một thầy giáo nào đó dạy chung, đến cho em ôm rồi,vì sự sợ hãi là tột độ. Nằm chờ trời vừa sáng, bất chấp trời mưa, chạy bay ra bến xe về nhà, mà đến bến xe, phải đi bộ nữa ngày.

Trời mưa, nên không ai thấy nước mắt rơi.

Đào nhiệm, nên mất hộ khẩu. Ba mẹ, vì quá sợ công an, nên có nói vài câu như đuổi, mà lòng đau suốt đời. Em viết thơ cho các bạn học, hỏi việc làm. Có cô bạn viết thư hồi đáp, rủ vào quê cô ấy dạy con nít, vì đang tuyển, và ở chung với cô ấy. Thế là quá ổn.

Đến nơi, thì cô đã bỏ nhiệm sở. Não nề buồn bã, đến bến xe, gặp chị Duyên quét rác, hỏi thăm để thuê khách sạn ngủ một đêm, sáng mai mua vé xe về nhà. Chị Duyên nói, nếu không có giấy phép do công an cấp, khách sạn sẽ không cho mướn phòng. Rơi nước mắt, vì không có hộ khẩu, làm sao có được giấy gì do công an cấp, có lẽ nhìn thấy dáng em như học sinh, lại rơi nước mắt, chị động lòng, nói chờ xong việc sẽ đưa về ngủ một đêm với gia đình chị, rồi mai chị giúp mua vé xe.

Đêm, tâm sự, như đã kể với anh. Anh chị ráo riết giúp tìm việc làm,bỏ đơn vài công ty, họ nói chờ cứu xét, Chờ cả mười ngày, không nghe trả lời, làm sao chờ hoài được, nên về nhà. Em có tiền, đã có đi thuê phòng trọ dài hạn, nhưng không được, cũng vì không có hộ khẩu.

Nhà, không phải là nơi ấp ủ, chào đón. Nhưng phải về thôi, Đó là niềm đau lớn nhất, suốt đời.

Và cuộc đời rẻ lối, những lối buồn bã,những bi kịch

chồng lên bi kịch, vì không có một chở che khi mới vào đời, Và bi kịch vẫn tiếp diễn, cho đến hôm nay.

Cuối đời, mẹ ân hận. Mỗi chiều ba mươi Tết, mẹ khóc khi con cháu đầy đủ, mà không bao giờ có đứa con gái bị hất hủi, Em hiểu,thông cảm và thương ba mẹ nhiều bằng tiền bạc, suốt đời, nhưng lòng vẫn đau vô hạn.

Hồi đó, anh chỉ đưa vào làm việc trong công ty của cha anh, cho có hộ khẩu thôi, là em đã theo anh rồi, cho em tình yêu say đắm nữa, anh lại đẹp phong trần như Tiêu Phong trong truyện chưởng, mẫu đàn ông em thích, đọc truyện chưởng mà mê Tiêu Phong, gái tỉnh lẻ mê anh, chắc em cũng sẽ mê anh, nếu lòng không quá bất an về vợ anh.

Tôi chặn lời em:

"Cám ơn em đã tán tỉnh anh, anh xiêu lòng rồi đó. Bây giờ em được quyền làm bất cứ gì trên người anh, mà không cần xin phép."

Em cười, giọng cười vẫn dòn như pha lê vỡ.

"Trước đó, lòng em như khu vườn trống, chưa kịp yêu ai. Mặc dù, cũng có một người yêu thương tha thiết sâu đậm, và chân thành, sẽ kể cho anh nghe về người ấy một lúc nào đó. Anh và người ấy, hai người đàn ông trong cuộc đời yêu thương em tận tình. Chỉ hai người. "

"Kể bây giờ đi, anh ghen, nhưng rất muốn nghe"

"Em mười lăm thì Cường mười hai tuổi, mũm mĩm, trắng trẻo, xinh tươi, hai đứa là một đôi bạn thân trẻ con, cứ đi chơi đi ăn vặt với nhau mỗi ngày, nói chuyện nhảm giờ này qua giờ khác… đến khi em mười tám, dại hơn tuổi, nhưng Cường đã biết yêu, và yêu em da diết, chăm sóc từng chút. Em không từ chối tình yêu đó, cũng không chấp nhận, nhưng cứ đi chơi với nhau mỗi ngày. Hai đứa đạp xe đi chơi khắp phố phường. Bằng tiền của bà ngoại, sở thích của Cường là đi tìm vải đẹp, rồi đặt may thật nhiều áo quần đẹp, và ngắm em mang áo mới.

Một lần, ba Cường tìm và nói với em: tình yêu này không đi đến đâu, bác thương con nhưng phải nói, con phải tránh xa Cường. Cái điều kinh khủng nhất đối với Cường, là ba Cường đến nhà, làm áp lực với ba mẹ, bắt em rời Cường. Và ba dày xéo em không ít, ngày qua ngày, nhiều hơn sự chịu đựng của đứa con gái mới lớn. Nhìn người yêu bị hà hiếp, mà Cường bất lực. Sẵn vừa xong trung học, em chọn học đại học xa nhà, xa Cường. Tự kiếm việc làm nuôi bản thân từ đó. Cường hận ba,bỏ nhà ra đi và chết, chỉ mười tám tuổi, bị tai nạn khi học lái xe. Nghe bà ngoại kể, Cường ở với bà ngoại, xin bà mua cho chiếc xe vận tải,đi học lái xe,quyết có nghề nghiệp để cưới và nuôi em.

Cường chết, và em thì biến mất khỏi xóm nhỏ, chỉ quay về khi đã gần năm mươi tuổi, nghe kể, ba Cường khóc lóc, năn nỉ ba mẹ tìm em, để tiễn Cường ra nghĩa trang. Mẹ em cũng khóc, vì mất hẳn đứa con, mà mẹ nói là dại hơn tuổi.

Câu chuyện, chưa thành chuyện tình, nhưng dậy sóng trong xóm nhỏ một thời. Hai người lớn, ép hai đứa nhỏ, một đứa chết, một đứa tha phương.

Một cách nào đó, cái chết của Cường, một phần vì em, buồn rất lâu. Nếu Cường không chết, em sẽ tìm Cường khi xong đại học, chưa biết yêu, nhưng chỉ muốn làm vợ Cường, Cường có cái cách chăm từng miếng ăn, mua sắm và giặt từng cái áo cho em, giống anh. Cũng độc tài giống anh, luôn luôn lệnh, mang áo màu gì, đi đâu, ăn gì, mỗi khi đi chơi với nhau.

Hôm nay, khi anh chọn lựa, mua sắm áo quần cho em mà không cần hỏi có thích không, còn phán: "chồng thích là được, em không cần thắc mắc "Về nhà, không giặt máy, mà giặt lại bằng bàn tay của anh, nói, sợ áo treo ngoài tiệm, bụi bặm. Em cảm động, thương anh thật nhiều, và chạnh nhớ đến Cường"

Tôi chẳng bỏ một cơ hội nào để tán tỉnh em:

"Anh cần một người không chỉ thương mà còn yêu anh nữa, em biết ai không, cưới cho anh đi"

Em cười giòn, tôi lại ôm khuôn mặt tươi tắn, kéo sát mặt mình, thích ủ khuôn mặt em trong hai bàn tay, ấm áp, gần gũi. Dĩ nhiên, muốn nhiều hơn, nhưng không dám, sợ bị đồng hóa với những người đàn ông khác. Những người xấu đã đi ngang đời em.

"Em có đi tìm thăm mộ Cường, và nói với linh hồn Cường, "I love you, hẹn gặp nhau, mình sẽ tiếp tục đi chơi với nhau mãi mãi trên Thiên Đàng ". Chắc Cường muốn nghe câu đó từ em.Cường yêu em sớm quá, nhưng em chỉ yêu, khi Cường đã chết.

Những lao đao trong suốt cuộc đời, những lúc chồng đạp trên trái tim đau, da diết tiếc nuối tình yêu đó. Anh là một rung động thơ mộng đầu đời, nhưng Cường là một chở che duy nhất, mà em sờ được, mơ ước, ba người mình sẽ quấn quýt nhau từng phút trên Thiên Đàng, hai người đàn ông yêu thương em tận tình. Kiếp này, ba người mình bất hạnh quá.

Khi anh và chị Duyên nói, trong ba chục năm, lúc nào trong lòng cũng có một chỗ ấm áp,thương nhớ em, cảm động muốn khóc. Có thể, ba mẹ hay con cái, cũng có ít nhiều tình thương cho em, nhưng cất dấu kỹ quá, em không nhìn thấy sự ân cần chăm sóc, chỉ có hai người trên trái đất này, là anh và Cường. Nghe nói, trên đó, không có vợ chồng, vậy ba người mình là người nhà của nhau, em mơ ước. Nói theo kiểu khác, là em tham, muốn mãi mãi bên hai người thương yêu em. "

Tôi không ghen, mà còn thương người con trai đó, tôi

hiểu mà. Em như một bông hoa dại mong manh đơn sơ, lẽ loi, thơm ngát, thích và chọn cách mọc la đà dưới mặt đất, dưới những bông hoa khác, không thích hợp cho những người thích hào nhoáng lộng lẫy phô trương, chỉ để cho loại người như tôi và Cường yêu em. Nhưng buồn sâu sắc, đau xót vô hạn. Cả đời tôi sống vương giả, em thì gian nan quá, lại không có hạnh phúc. Và sẽ tiếc nuối cả đời…người con gái vừa vặn với mơ tưởng …

Em lại nói:

"Anh chỉ nhìn, mà chưa biết gì về em hết, dù ngày xưa hay bây giờ, em cũng có nhiều tật xấu, cái thân hình mà anh mê mẩn đó, đã biến dạng bởi thời gian, và sẽ tệ hơn, tệ hơn"

"Dù thời gian có trôi đi bao xa, anh vẫn nhìn thấy em hai mươi tuổi, dáng mỏng, ngồi dựa đầu vào cột nhà trước mái hiên, nắng vàng trãi trên mái tóc rất đẹp. Dĩ nhiên, khuôn mặt và thân hình đầy nữ tính, là điểm nhấn trong lòng anh. Yêu em, đó là tiếng sét giáng xuống đời anh, một lần duy nhất. Không phải cố tình chung thủy, mà vì không yêu ai được nữa. Cái bóng em lớn quá. Cũng có lần, thử đi chơi với một giai nhân, nhưng không biết nói gì cho hết vài tiếng ngồi chung xe, trong lúc với em, anh thích nói, thích nghe, thích cả hai cùng yên lặng, bên nhau là tràn ngập hạnh phúc.

"Qua chị Duyên, anh đến những nơi em xin việc, xin hồ sơ của em. Tấm hình duy nhất mà anh có, là hình xấu hoắc từ thẻ chứng minh nhân dân, trong hồ sơ của em, nhưng anh giữ mãi"

Tôi khoe với em, tấm hình mờ nét, thuê thợ chụp lại từ hồ sơ xin việc.

"Yêu em, anh chỉ biết ngắm em, mà quên nhiều điều như, chụp hình em qua tấm kiếng, anh có nhiều máy chụp hình tốt, chụp hình có hồn, người ta nói vậy. Và chị Duyên nói, em cần việc làm, thế mà anh cũng không nghĩ đến rời em vài giờ, để đi tính toán tương lai cho em, mà gặp để nói câu yêu thương, thì lại càng không dám, tuổi hai mươi của anh thật dại, và đã đã giá bằng nhớ nhung và ray rứt ngần ấy năm.

Nếu em có tật xấu, anh sẽ dỗ dành thay đổi theo ý anh, nếu cứng đầu, không chịu nghe lời, anh sẽ xấu theo, quyết ở cùng em, mọi giá."

Trên đường về, lái mô tô, với tay nắm bàn tay em nhỏ nhắn, bỏ lên eo tôi, và giữ lại, em rút tay về, tôi dọa:

"Em còn một bàn tay nữa, hãy đặt vào lòng anh, nếu không anh sẽ dùng cả hai tay, để giữ hai tay em"

"Đừng anh, đường tối ghập ghềnh, lái xe hai tay đi"

Và em ôm lưng tôi, ấm áp, thân tình..

Thụt người lui để được chạm thật sát tấm thân em mềm mại, em cười hiền, tôi chới với hoảng loạn.

Đến một gốc cổ thụ, trời tối om, đêm đã già, dừng xe lại thì thầm với gió, với linh hồn người con trai không hạnh phúc, là tôi, với em, người tôi mê đắm một lần duy nhất, có lẽ.

"Em hãy ngồi yên như thế, trả nợ em đã làm anh nhớ em"

Em lại cười hiền, áp má vào bờ vai, ôm vòng eo. Hai người không nói gì, lâu lắm, có lẽ đây là giây phút nhiều cảm xúc thật nhất trong cuộc đời, hình như em cũng thế, tim đập sai nhịp, rộn ràng, và hơi thở thổn thức, tôi cảm được.

Đêm quạnh quẻ, chỉ có hai thân thể rất sát bên nhau, ở một miền hoang sơ, có tiếng côn trùng tỉ tê...

Buồn đến nghẹn lời.

Cô con gái hai mươi tuổi có mái tóc liêu trai, hai má xạm nắng,lấm tấm mụn dậy thì, bờ môi dày mọng khiêu gợi tôi ngày nào, đang treo hai bầu vú nóng trên lưng mê mệt.... Sao em không đọng mãi trong đời,từ khi tôi mới lớn... Sao em biến đi như gió, khi lòng vừa bão tố say em ngày xưa, sao em lại về treo hai bầu vú nóng trên lưng, làm điên đảo một người rất nghèo hạnh phúc.

Khuya, về nhà, xin được nằm chung trên tấm phản gỗ lim mà tôi đã từng nằm để mơ mộng, ước mơ có em trong vòng tay. Em từ chối, nhưng cuối cùng, thua sự da diết, tha thiết năn nỉ của tôi.

Em rơi nước mắt trong vòng tay tôi ôm siết. Tôi hiểu thế nào là chữ đoạn trường, đau đến đứt ruột.

Em cười bằng mắt, dù luôn luôn ngấn lệ, kiệm lời, nhưng từng câu nói nở hoa,duyên dáng. Tôi thích chà mặt vào má em, hít hết mùi thơm trên da thịt, như kiểu mẹ hôn tôi ngày xưa.

"Em có nụ cười hiền bằng mắt thật dễ thương, ngày xưa và hôm nay"

"Chỉ có anh và các con em uống được con người thật của em không che đậy, vì anh yêu thương thật lòng, còn mỗi người gặp trong đời, dù họ tốt hay xấu, em chỉ sống lúc đó với khuôn mặt giũa gọt cho vừa hoàn cảnh đó, thường là cười thật tươi với mọi người, để làm dịu đi sự im lặng, vì em chỉ nói khi thật cần. Chỉ khi chiều xuống, xong một ngày cho cuộc đời, thoải mái bước vào căn phòng riêng, đóng cửa, đọc sách, nghe nhạc, lướt Phone, một mình, không cần cố gắng cười thật tươi để che đậy...

Nhưng không biết sau này, em sợ khuôn mặt anh sẽ đảo lộn sự bình an trong căn phòng riêng của em."

Ánh mắt, vòng tay tôi bám em mọi lúc, mọi nơi trong căn nhà xưa củ. tôi ôm tuổi trẻ, tình yêu mãnh liệt dại khờ của tuổi hai mươi, và ôm tuổi già của hai người. Sẽ không còn gặp lại, cả hai đều biết thế, nên níu từng phút, thức trắng từng đêm...

Có hơi thở thơm mùi đàn bà quyến rũ trên vai tôi, lần đầu.

Suốt một tuần bên nhau, kiếm chuyện chở em đi quanh phố thị, em dịu dàng như người vợ hiền nhất. Tôi khẩy guitar, những bản nhạc cổ điển ngoại quốc buồn réo rắt, em nghe bằng đôi mắt ướt khi tôi nói, ngày xưa anh thường ngồi đàn, nhìn vu vơ ngoài mái hiên, chỗ em thường ngồi, nghĩ đến và mơ ước có em bên cạnh nghe anh đàn, không ngờ có ngày em nằm, ngồi bên anh. Như để che dấu những giọt nước mắt, em với lấy cây đàn trên tay tôi, đệm hát vài bản nhạc sến súa, nhưng vừa vặn với tâm trạng. Tôi thú vị ôm khuôn mặt đang cố gắng cười :

"Con nhỏ sến rện của anh, biến mất trong tuổi trẻ, rồi lại hiện ra trong tuổi già làm anh rơi rụng, sau này lỡ nghe những bản nhạc sến súa này, chắc sẽ nhớ điên cuồng."

Hai người nấu ăn chung, êm đềm như một đôi vợ chồng hạnh phúc, như một bản nhạc thơ mộng. Em rửa chén, mái tóc đen lấm tấm bạc ôm bờ vai rũ rượi, vài sợi tóc sà xuống má, tôi uống từng đường nét không hoàn hảo, nhưng tràn trề nữ tính nơi em, cô con gái mãi mãi hai mươi tuổi của tôi, và cũng bị cuốn hút bởi phong thái đĩnh đạc văn minh, ấm áp vừa phải, thân tình vừa phải, một chút "tom boy" đúng lúc, một chút tiểu thư đúng lúc, chừng mực, rất hơn hẳn những người đàn bà tỉnh lẻ quanh đây.

"Em về ở với anh, sẽ nấu cho em ăn, cưng chiều từng phút, bao nhiêu mất mát trong đời, anh đền hết"

Em buông chén, quàng tay lên cổ, kiễng chân chà xát khuôn mặt ướt nước mắt lên má môi tôi rất lâu, rất lâu...

"Em ước ao, nhưng em còn những hệ lụy, em có hai đứa con, thua em hơn hai mươi tuổi, nhưng như trẻ con, không giúp gì được em hết, hay không muốn giúp, em phải gánh vác đời em và chúng nó. Lúc nào cũng ở trong tư thế để đỡ, lúc con cháu ngã, hàn gắn những đổ vỡ cho con, nghĩa đen thôi. Vì không ai hàn gắn đổ vỡ tâm hồn cho ai được cả. Chỉ có Thượng Đế.

Trong lúc đời em, hai mươi, ba mươi, năm mươi tuổi, hoàn toàn tự chăm sóc mình, và rất gian nan, đuối luôn… tuyệt đối không ai nâng đỡ, ba, mẹ,anh, em,chồng, con, không ai, dù chỉ một lần. Chưa ai pha cho một ly trà, khi mệt mỏi…không ai…

Anh thấy định mệnh đời em khắc nghiệt không. Chỉ chậm rời mái hiên nhà anh chừng vài giờ thôi, để chào anh trước khi ra đi, không chừng cả đời em, được anh bồng ẵm.

Và chỉ có anh biết một vài mảnh đời em, vì em không thích kể lễ với bất cứ ai, biết đâu, không kể vì không có tri kỷ, giống ai đó… cũng có thể, nếu không kể lễ một lần, thì chết đi, chôn dấu tất cả, cũng ngậm ngùi lắm. Cuối đời, thèm ở bên cạnh anh, người thương yêu em biết bao nhiêu, nhưng, lại nhưng, không thể. Ngày mai, sau này, lại đi thui thủi một mình. Và sẽ nhớ anh, rất nhiều.

Anh, thì em biết, không thể rời căn nhà bốn đời xưa cũ có linh hồn này, công ty làm ăn, hàng trăm nhân viên chờ anh phát lương, để bay qua nữa vòng trái đất sống với em, anh cũng còn nhiều hệ lụy, mình không thể sống với nhau đâu anh"

Siết chặt nhau không nói, thả nỗi buồn bã vô tận lên vai nhau.

Buổi sáng cuối cùng, tôi đè hai bàn tay chống cự xuống tấm phản gỗ lim, hôn từng chân răng, hôn ngập bờ môi, đôi mắt to thâm buồn, làn da sáng không còn mụn dậy thì, mái tóc lấm tấm bạc màu thời gian... rồi vùng dậy, nếu không thì, tôi thua tôi.

Đưa em ra bến xe.

Em, người con gái hai mươi tuổi, năm mươi tuổi. Lạc vào đời tôi một thoáng. Và hôm nay, em lại bay đi. Mãi mãi…

Bất chấp những đôi mắt lạ lẫm của dân tỉnh lẻ trên bến xe, tôi ghì siết, hôn ngập khuôn mặt buồn, cho đến khi không thể.

Xe rời bánh, bốn mắt găm vào nhau, rơi lệ.

Tôi ước vô cùng, một cái chết.

****

KHÚC 52

(em gởi cho tôi, ngày sinh nhật 52)

Em ngơ ngác đi tìm một nửa của em, ở trong anh.
Nhưng vuột mất.

Vẫn phải đi thôi, đường thì dài ...
Đôi người đọng lại, một thoáng, rồi em buông.

"Đôi khi thấy trăm vết thương rồi như đá ngây ngô"

Ngần ấy đau thương, ngần ấy buồn bã, lăn tròn em như phiến đá, ngây ngô.

Có vẻ như, đã được lấp kín, đã tan chảy.
Chỉ còn lại, những mảnh xương khô.
Những vết thương đã hết nhức nhối,
với ngày tháng.
Chỉ còn lại một màu trắng lạnh, câm nín.
Và đã biết thoả hiệp với chính mình,

Trong căn phòng riêng.

Không biết tự lúc nào, anh đã không còn dày vò em.

Nụ cười và vòng tay anh ủ em những lần mình giong duỗi.

Em cầm bằng, như là phá sản.

Phải sống thôi.

Triệu triệu người phá sản, đâu phải chỉ riêng em.

Em nuôi mình những ngày còn lại, bằng những mãnh thừa sau cơn phá sản.

Rũ, bằng hết, những vướng bận.

Để nhẹ nhàng, biến đi.

Nhưng nước mắt đôi khi cũng rơi.

Như buổi sáng hôm nay, trên đỉnh núi, một mình.

Mất và còn, chỉ trong một gang tấc.

Hạnh phúc và đau thương, chỉ cách nhau một sợi tóc mỏng manh.

Nhưng bước qua lằn ranh sợi tóc.

Để đến với anh.

Em không còn đủ sức.

(nhưng nếu đủ sức, thì phải làm sao)

CĂN PHÒNG RIÊNG

(em gởi cho tôi, ngày sinh nhật 52)

Căn phòng của mẹ,

như một con thuyền chở đầy lá rụng.

từng chiếc lá, từng chiếc lá,

rơi vu vơ, rơi thản nhiên, rơi tan tác

vào căn phòng đời mẹ.

Bao nhiêu là năm cùng tháng,

bao nhiêu lá vàng, lá úa, lá hư hao.

có vẻ như đã quá tải,

nhưng lá vẫn thản nhiên rơi.

Này chiếc lá tình nhân,
mẹ nhặt từ những lần hò hẹn.
ép vào trang sách.
ướp thêm chút tình yêu
chút mật đắng.
chôn chặt dưới lòng thuyền.
dày đặc mịch mù nước chảy.
nhưng nó vẫn trồi lên.
những lúc thuyền mẹ lao đao sóng gió.
hoặc quá lặng yên.

Và chiếc lá nào.
bé như chiếc cúc áo. rơi.
ngày ai đó. mở chiếc áo
bước vào đời mẹ.
bằng bàn chân dã thú.

Này. nửa chiếc lá nằm nghiêng.

cho cuộc người, gãy đổ.

Và chiếc lá thuôn dài,
như màu môi con ướt đẫm,
ngậm ngấu nghiến bầu vú mẹ căng sữa,
ngày con bé xinh, như một con chó cún.

Này, là chiếc lá,
xòe ra như bàn tay con bé bỏng,
níu tóc mẹ nũng nịu,
ngày lên một, lên hai.

Và chiếc lá nào bay lượn,
như bờ môi con tròn o,
nói hát không ngừng với mẹ,
để mẹ tưởng,
con là một trong năm ngón tay,
không bao giờ rời thân mẹ.

Rồi chiếc lá nào,

mẹ nhặt ở sân trường,

ngày đầu con xa mẹ,

đến trường học chữ.

mẹ ngồi nhặt lá rơi,

và cầu nguyện cho con thôi khóc,

vì chưa một ngày rời mẹ.

Rồi chiếc lá nào,

mẹ tuốt ra, từ cành cây,

để đánh con

roi đầu tiên, và cuối cùng,.

vì đau lắm, lòng mẹ.

(để rồi, suốt đời con,

cứ tưởng mẹ là chiếc ghế để con ngồi,

cái áo để con mặc khi rét mướt,

cái thùng đựng tiền, để khi cần,

thì chỉ nhón hai ngón tay vào lấy.)

và như thế.

con đi bằng hai bàn chân của mẹ,

quét nhà, rửa chén, nuôi con,

bằng bàn tay của mẹ.

Và, chiếc lá hoa hồng khô,

mẹ cất dùm con,

ngày đầu tiên con hò hẹn.

mẹ đã thoáng nhìn thấy,

mùi dã man quen thuộc

trên cành hoa gai sắc,

nhưng không thể làm gì hơn.

để rồi từ đó,

mẹ cứ mãi tìm tòi,

những đổ vỡ, tan nát,

mà con dấu kín

để dọn dẹp, hàn gắn.

Người ta hướng về phía,

có những màu sắc rực rỡ,

của cuộc đời,

mẹ chỉ có một hướng,

là nhìn con.

và níu bắt lấy chiếc bóng mình, đổ xuống.

để tìm bóng dáng người,

tưởng là trăm năm,

nhưng không phải.

KHÚC NĂM BA

(em gởi cho tôi, sinh nhật 53)

hãy đến, hãy đến bên anh,

buồn phiền đang vây anh chất ngất.

em không thuộc trần gian này,

không thuộc không gian anh đang sống,

hãy thuần dưỡng em, nếu anh muốn...

với em, anh chỉ là một,

trong muôn muôn vạn người đi ngang qua đời em.

với anh, em chỉ là một loài thụ tạo,

trong muôn muôn vạn loài thụ tạo,

dưới vòm trời này,

nhưng nếu anh thuần hóa em,

ta sẽ là cần thiết của nhau.

anh sẽ là, em sẽ là, duy nhất của nhau....

Ồ anh đã hiểu

có một đóa hoa, anh nghĩ, đã thuần dưỡng anh...

mọi sự chẳng có gì hoàn hảo...

chẳng có gì tuyệt đối.

cuộc đời, ôi chỉ là nhàm chán,

nhưng nếu anh thuần hóa em,

cuộc đời sẽ sáng lạn ra,

như mặt trời sẽ làm ấm lại vạn vật...

và bước chân anh,

sẽ khác với muôn vạn bước chân,

những bước chân tàn ác

chỉ làm em vội vã lẫn trốn,

dưới những nấm mồ,

em xây sẵn cho em...

anh sẽ gọi tên em, phải không...

tiếng anh sẽ như nhã nhạc, em biết thế

và cuối chân trời kia,

là những cánh đồng lúa mì...

em không cần bánh mì

hình như em chỉ ăn sương

sống để chờ đợi anh...

hình như anh sẽ đến, một ngày nào đó...

bước vào đời em,

thuần dưỡng em...

và những cánh đồng lúa mì kia là vô nghĩa.

nhưng mà anh ơi, nó đã trở thành vô giá,

vì anh đã nhìn nó...

rồi mãi mãi về sau

những cánh đồng lúa mì, sẽ làm em nhớ anh

nhớ màu tóc anh phất phơ trong gió

một chiều nào...

hãy thuần hóa em, thuần hóa em anh nhé...

loài người thì không muốn mất thì giờ

để nhìn sâu trong mắt nhau,

để nhìn vào cõi lòng nhau...

họ thích thu góp, sắm sửa...

họ thích mua những thứ làm sẵn,

ngoài chợ búa, nơi những người lái buôn.

ôi những người lái buôn đầy giẫy trên trái đất này...

họ buôn danh buôn lợi, buôn vợ buôn chồng,

buôn người sống, xác chết...

nhưng không có người lái buôn nào,

chuyên bán những bạn thiết

nên anh ơihãy thuần dưỡng em,

không có lấy một người bạn thiết trong đời,

bất hạnh biết bao...

nói cho anh nghe,

phải làm sao để thuần dưỡng được em

thoạt tiên, hãy kiên nhẫn,

hãy ngồi hơi xa em một chút,

trên thảm cỏ này, như thế đó,

em sẽ nhìn anh rất khẽ, qua khóe mắt em...

và đừng nói gì cả,

ngôn ngữ đôi lúc cũng bất lực,

nhưng mỗi ngày qua,

anh sẽ ngồi gần em hơn, gần em hơn một chút...

Ồ cám ơn anh đã trở lại

nhưng đừng đến bất ngờ như thế.

hãy trở lại vào giờ của hôm trước...

để vài khắc trước đó

em sẽ có những phút xôn xao chờ đợi

sẽ nghe được tiếng nhã nhạc của bước chân anh,

từ bên kia bờ tâm tưởng

rồi giờ khắc càng gần

nỗi hoan lạc của em sẽ dâng lên, dâng lên...

em sẽ khám phá được ý nghĩa vô ngần

của phù du mênh mông hạnh phúc...

nhưng nếu anh đến bất kể lúc nào,

sợ cõi lòng em không kịp vận y phục cho diễm lệ

để đón anh.

cũng cần có những nghi lễ thơ mộng phải không anh.

nghi lễ thơ mộng,

làm cho một ngày khác mọi ngày,

một giờ khác mọi giờ...

ừ, thì thế, anh sẽ thuần hóa em...

và giờ chia tay...

anh ơi em sợ em sẽ khóc

tại em, anh đã bảo...

anh không bao giờ muốn làm em khổ...

vâng em biết

thế thì sao lại khóc

em không biết...

nhưng mà em chịu đánh đổi một đời buồn hiu hắt

để có một buổi chiều, trên thảm cỏ này, với anh....

cho em đổi những nước mắt

lấy một lần, một lần thôi

nghe tim em đập sai nhịp.

nghèo nàn biết mấy, khi một đời, vẫn nhìn,

mà không thấy được màu vàng óng ả

của những cánh đồng lúa mì

vẫn nghe tim đập đều đặn,

những nhịp đập vô vị

và hết một đời

vẫn những nhịp đập vô vị,

rồi thì ra đi

mất hút dấu, trên cái trần gian vô vị này.

Phóng tác từ chương 21, tác phẩm "The Little Prince" của Saint Exupery.

2. NGUYỄN

Con người ta, gặp nhau, thương nhau là cái duyên.

Tôi gặp chị Duyên ngày hai mươi tuổi.

Ba mươi năm sau tìm gặp lại, chị nói:

"Chị vẫn nghĩ tới em thường xuyên, lòng chị vẫn rung

lên mỗi khi nghĩ đến em."

Đã có quá nhiều đàn ông, nói với tôi đại khái những câu nhớ thương như anh chị nói.

Có người nói dối để được cái gì đó…

Có người nói suông miệng, như ngân lên một câu ca, khi lòng chợt thoáng rung động trước cảnh đẹp…

Có người nói quá chân thành, đến nỗi họ tưởng họ nói thật…

Có người nói thật hết tâm can, lòng họ rung lên khi nói, nhưng gió thoảng, họ quên mất…

Có người như bủa lưới, nói bằng kỷ thuật hẳn hoi, mỗi người đàn bà một cách khác nhau, không được cá thu thì được cá chép…

Có người yêu thương thật sự, yêu bằng tấm lòng chân thành nhất, họ có thể bán máu đi,để mua cho tôi chiếc áo đẹp, nhưng khi quá đói, họ bán họ, và họ bán tôi đi để ăn…

Phá sản, cạn kiệt lòng tin yêu với con người.

Nhưng tôi tin chị Duyên, khi chị nói chị thương yêu tôi, như một người em.

Mắt chị quờ quạng, tìm bàn tay tôi, và run rẩy giữ lấy… Chị nói, chị kể huyên thuyên, như mấy mươi năm rồi, chị không nói, như mấy mươi năm rồi, chị không thở…

Chị Duyên, chị Duyên, người đàn bà bạc mệnh trong triệu triệu người bạc mệnh trên đất nước này.

Chị vẫn quét rác trên bến xe… Mặc dù, đã có một căn nhà ba gian hai chái, như lòng mơ ước.

"Chị đã thương, lúc em trẻ dại bơ vơ, em không tiếc với chị, cần có bao nhiêu tiền để yên tâm cho tương lai, em tặng chị nhưng chị đừng quét rác nữa."

Chị đổ ra giường khoe tôi mấy mươi miếng vàng.

"Chị không bận tâm về cái ăn, cái ở nữa, nhưng chị phải quét rác bến xe, lỡ anh có về, biết chị ở đâu mà kiếm."

Có quá nhiều Hòn Vọng Phu trên đất nước này. Chị Duyên là một…

Đi chơi loanh quanh, ngồi nằm, chị cứ nắm bàn tay tôi, thương yêu, trìu mến. Tôi không nỡ nói với chị, đây là lần cuối gặp nhau….nhưng lòng như xát muối. Đêm, chị ngủ say, tôi tái tê nhìn chị, ốm o hao gầy, nằm co quắp, cái dáng co ro vò võ, giấc ngủ cô đơn.

Chị Duyên chưa có được lấy một đêm mặn nồng vợ

chồng, trong suốt cuộc đời. Chị có một người chồng hy sinh cả cuộc đời cho chị và hai con no ấm, chỉ no và ấm. Ngoài ra, không còn gì để cho chị.

Chị không biết một tin tức gì về chồng chị, trong ngần ấy năm, nhưng tôi biết, biết khá nhiều. Vì tôi và anh vẫn thư từ cho nhau trên mười năm. Nhưng rồi có những biến cố buồn bã xảy ra trong cuộc đời, tôi hẹn lòng, để thư thả, khi có chút bình an sẽ hồi âm thư anh, nhưng thư bị trả về, và mất dấu anh.

Anh bỏ vợ, bỏ con, vì chỉ được chọn một, và anh chọn Thu người đàn bà giàu có, anh hứa với Thu:

"Hãy cho anh một số tiền, mà đừng hỏi tại sao, rồi sau đó, anh sẽ làm một người chồng mẫu mực mà Thu mong muốn"

Anh đã mua cho chị Duyên và hai con một căn nhà ba gian hai chái, như lòng chị mơ ước, vàng bạc đủ cho chị sống. Và đi biền biệt. Đó là cái giá cho một lời hứa, và anh phải trả suốt đời cho người đàn bà giàu có.

Anh có hạnh phúc bên người vợ giàu có, xinh đẹp hơn chị Duyên không. Không có, tôi biết điều đó. Anh nói với tôi. Lòng anh tan nát. Nhưng một lời hứa chung thủy với người đàn bà khác, anh nhất định giữ, anh nói, vì chính Thu, đã cứu gia đình anh.

Chị Duyên hư một mắt, mà phải quét rác nuôi chồng con, còn anh, không có cách nào để có được việc làm. Có người mua thân xác anh, anh bán, bán luôn đời mình, chỉ vì thương vợ con.

Anh cưới Chị Duyên, như việc cần phải làm trong đời, chị Duyên tầm thường, không có gì đặc sắc, ngoài lòng tốt và tình thương bao la.

Anh ở với Thu, vì Thu giúp anh nuôi vợ con anh. Anh dấu một niềm đau. Tình yêu khó nẫy nở, trong môi trường không bình thường.

Chị Duyên mất chồng về tay người khác, mà suốt đời chị không hay biết.

Chị Duyên, chị Duyên, những chị Duyên…

Tôi gặp chị Duyên ở một bến xe tỉnh lẻ ngày hai mươi tuổi. Không thân nhân, không hộ khẩu, đến một nơi xa xăm hẻo lánh, xin dạy học con nít, theo lời rủ rê của người bạn, vì trường đang cần người. Nhưng khi đến nhà bạn, cô đã bỏ nhiệm sở. Thẩn thờ, lê từng bước chân não nề buồn bã đến bến xe để về lại. Về đâu. Tôi không có hộ khẩu. Cư trú bất hợp pháp ngay trong nhà mình. Khó khăn trùng điệp.

Dạy tiểu học, dạo đó, lương vừa đủ mua mười ký gạo, nhưng tôi bơ vơ, cần một việc làm gọi là cố định, dù là lương chỉ mười hay năm ký gạo, nhưng được phép kê những chiếc ghế lại, ngủ ngay tại lớp hợp pháp, theo lời cô bạn khoe, chữ hợp pháp quý giá biết mấy, vào thời điểm đó.

Khuôn mặt trẻ dại,buồn bã,thất vọng,chán chường của tôi, động lòng chị Duyên, người quét rác ở bến xe, khi hỏi thăm chị, thuê khách sạn ngủ một đêm, để hôm sau mua vé xe về nhà, sau khi chỉ đường, quay đi, chị nói vọng theo:

"Nếu không có giấy phép đi lại, do công an cấp, họ sẽ không cho cô mướn phòng. "

Tôi ứa hai giọt lệ không nói, nhưng mắt sáng ngời lên, khi chị nói, chị sẽ cho ngủ ké với gia đình chị.

Chỗ ngủ của chị là một mái hiên, nhà của ai đó. Gia đình chị gọi đó là nhà mình. Thì đành ngủ một đêm, chứ tôi không còn cách khác.

Tôi, vợ chồng chị đều không biết uống bia, nhưng tôi mua bia, mồi về nhậu dưới trăng, dưới mái hiên vắng. Ba người nhăn mặt uống bia và cười toe, vì ai cũng lần đầu nhậu. Sau một tràng cười với bia rượu, sự cách biệt xa lạ biến mất. Tôi kể lể những khó khăn của mình bằng giọng hồn nhiên, chồng chị, anh Hai Quân, cũng kể lể than thở nỗi nhọc nhằn của anh, chị thì hạnh phúc ra mặt. Chị ghé tai tôi :

"Ảnh ít nói lắm, cả với chị nhưng hôm nay lạ quá, ảnh tâm sự nhiều điều chị còn lấy làm lạ"

Chị đùa giỡn với con, hai đứa nhỏ cười toe, đập đầu vào vú mẹ. Anh cũng cười, vòng tay ôm một đứa vào lòng. Hạnh phúc gia đình là đây.

Chị nói ngày nào cũng êm đềm như thế, mà phải chi anh tìm được việc làm, có chút đồ ăn, chắc vui hơn. Khi anh chưa có việc làm, thì gia đình chị chỉ ăn khoai lang. Tắm giặt dưới sông, nhà vệ sinh ở bến xe.

Nữa đêm gần sáng, anh ngồi suy tư bên thềm nhà, tôi ghé lại ngồi bên cạnh với hai chai bia, và anh nói, nói … anh đổ lòng ra cho tôi, một người lạ mà hiểu được nỗi lòng anh.

"Anh chỉ có cô để kể lễ nỗi niềm… lỡ chết, nỗi lòng không phải bị chôn vùi không ai biết"

Vòng tay ôm cánh tay anh, hai giọt nước mắt anh lặng lẽ rơi xuống.

Chỉ có tôi biết nỗi lòng của anh, sống để dạ, chết mang theo, và chỉ có tôi biết tâm sự của chị, người vọng phu thời đại.

Và đêm nay, nằm bên cạnh chị Duyên, tôi cũng chạnh

nhớ đến ánh mắt của người ấy, ông chủ nhà của mái hiên cho tôi ngủ ké ba mươi năm xưa, nhớ ánh mắt thẩn thờ si dại dành cho tôi ngày hai mươi tuổi, tôi sẽ tìm lại một thoáng hai mươi của tôi, trong đôi mắt đó, ngày mai tôi sẽ đi.

3. CHỊ DUYÊN

Tôi quét rác cho bến xe này từ mùa thu năm bảy tám, vài tháng trước ngày anh ấy ra đi. Anh đi kiếm việc làm xa, đâu được mười ngày, trở về vội vã, buồn tênh, đưa cho tôi mớ vàng:

"Anh đi làm xa, thỉnh thoảng nhờ người đem tiền về em nuôi con, vàng này anh mượn trước của chủ."

Anh hôn tôi, nhạt nhòa nước mắt.

Nụ hôn đầu tiên của chồng tôi.

Vợ chồng tôi như hai cành cây trong cơn gió, ngã vào nhau, mắc vào nhau, và cứ thế mà sống, không biết thế nào là yêu, thế nào là không yêu. Cả hai đều không có một dĩ vãng nào đáng để tâm sự, chẳng nóng nảy, chẳng gây gỗ nhau, cũng chẳng có những câu chuyện gay cấn để kể cho nhau nghe. Tôi ít nói, chồng tôi lại ít nói hơn, những lúc rảnh rỗi, ngồi bên nhau, yên lặng nhìn trời đất mông lung, thế thôi. Nói chung, bình lặng như ao nước nhỏ.

Có những đêm nằm bên nhau trên chiếc sạp đông người quá, nên ngượng ngùng, anh chỉ sờ soạng mặt mày, chân tay tôi, rồi hai đứa lăn ra ngủ. Anh không biết hôn, tôi nghĩ thế. Tôi thì đã thấy người ta hôn nhau trên truyền hình hồi xưa, lúc mắt còn tỏ, nhưng chẳng để lại một ấn tượng nào. Cũng có vài lần anh nổi cơn động cỡn như con chó đực nhà ngoại, tôi cũng để yên cho anh làm chuyện gì đó, nó đau tợn, nhưng phải chiều chứ, chồng mình mà.

Từ ngày anh đưa mẹ con tôi lên bến xe này thì anh đã đổi khác, thường ngồi lặng cả vài giờ không nói năng, buồn vương cả không gian... Mỗi sáng anh đi xe ngựa thồ về miền quê rẫy cỏ thuê, có khi đem về vài đồng bạc, có khi không ai mướn, lỗ tiền xe.

Còn tôi, vừa xin được chân quét rác cho bến xe, đó là một công việc tuyệt hảo, vì mắt tôi không tỏ, quét rác, thì mắt lờ mờ cũng quét được, vả lại hai đứa con ba tuổi, hai tuổi, cho chúng ngồi một gốc cây nào đó, vừa quét rác vừa trông chừng, tiện biết mấy. Tối đến, vợ chồng con cái, quây quần bên mái hiên của một nhà tốt bụng gần bến xe, ngủ chung với đám người lỡ đường, thế là ổn. Chỉ khổ những đêm mưa, ba bề trống nên gió buốt cả người, vợ chồng bế hai đứa con, tựa vào tường, trùm kín bằng tất cả vải sồi có được, cho con khỏi ướt.

Sáng hôm đó, anh đưa lượng vàng cho tôi, rồi đi biệt...

Chỉ thỉnh thoảng nhờ người đưa vàng về, với vài chữ "Anh khỏe mạnh, bận làm việc nên không về thăm mẹ con được."

Thực ra, từ ngày anh ấy ra đi, mẹ con tôi có được miếng ăn tươm tất hơn, thế là thỏa lòng. Cũng có lúc tôi hoảng hốt, hay là anh chết rồi, sao không về thăm, nhưng rồi lại có người đem vàng đem thư đến, thế là yên tâm, miếng vàng lạnh ngắt nhưng làm lòng tôi ấm lại.

Nhưng phải chi, anh ấy về thăm, thì hơn.

Đôi lúc tôi cũng se lòng, khi nghĩ đến nụ hôn của anh ấy. Sao lại nhạt nhòa nước mắt...

4. ANH HAI QUÂN

Tôi làm thợ nề cho một công ty xây cất. Duyên nấu ăn cho đám thợ.

Mỗi khi khởi sự xây cất một công trình, chúng tôi làm rạp để ở. Rạp là một dãy nhà tạm bợ bằng tre, rất đơn sơ, có hai sạp dài, đủ cho hai mươi thợ ngủ. Duyên ngủ dưới bếp. Duyên mảnh mai gầy guộc, nhan sắc tầm thường.

Tôi cũng chẳng khá gì hơn, đen đủi, khẳng khiu…

Cùng quê với nhau, nên hai đứa đôi khi cũng nói dăm ba câu chuyện. Ba má Duyên trúng đạn pháo kích, chết lúc Duyên còn nhỏ, Duyên bị thương hư mắt, và ở với ngoại. Ngoại thì quá già mà Duyên thì mắt nhìn không tỏ, nên hai bà cháu sống đời vá víu, bữa đói, bữa no suốt một thời thơ ấu. Có lẽ do đó mà khuôn mặt Duyên luôn luôn buồn, thủ phận, chẳng thấy Duyên cười.

Mỗi đêm đám thợ cười đùa giỡn hớt, Duyên ngồi lục đục dưới bếp hay nằm ngủ bên bếp lửa, họ như một thế giới khác Duyên, và cũng không ai nghĩ đến chuyện chọc ghẹo hay trò chuyện với Duyên, có lẽ vì Duyên tàn tật và không có nhan sắc.

Một hôm tôi buột miệng nói với Duyên:

"Trai lớn phải lấy vợ, gái lớn phải lấy chồng, hay là mình đám cưới Duyên nhé?"

Duyên ấp úng:

"Tôi không biết, anh hỏi ngoại…"

Tôi mua một mâm nếp, vài chục bánh, nhờ người dạm

hỏi, rồi cưới Duyên rất đơn giản.

Ngày cưới, nhà trai có hai mươi đứa thợ nề, áo quần tóc tai lôi thôi, chỉ có tôi sắm một bộ đồ hàng mã mua ngoài chợ, mới toanh, mặc vào thiệt kỳ cục, chỉ mang bộ đồ thợ nề là thoải mái, nhưng cưới vợ nên phải chịu.

Duyên mặc chiếc áo dài màu hoa Lý rộng thùng thình của ngoại, lên lai vụng về, chỉ có đôi guốc và chiếc kẹp tóc mới toanh đỏm dáng, làm duyên xấu hổ, cúi đầu yên lặng bên cạnh tôi, hai đứa cúi lạy trước cái lư hương bằng đồng, mấy tép nhang và hai bó hoa giả, mà thực sự không biết lạy ai, nhưng phải làm thế, đám cưới mà.

Sau đó, mới là một buổi tiệc chân thành, dọn ngay trên sạp ngủ, đám bạn ăn nhậu, hát hò thiệt tình, không khách sáo, chúng gõ đủa vào chén, gõ muỗng vào chai hát om sòm… "em ơi nếu mộng không thành thì sao…." "nhưng không chết người trai khói lửa, mà chết người em gái hậu phương tuổi xuân thì…"

Bên nhà gái, không khách khứa, ngoại nói, không có tiền may cho cháu được cái áo cưới, tiền đâu mà đãi khách, nên chỉ có Ngoại và Duyên, thì không ngồi vào mâm tiệc cưới, mà ngồi trên hai cái đòn gỗ dưới bếp, không biết nói gì với nhau mà cứ thấy Ngoại đưa tay chặm nước mắt, chắc là vui mừng, vì gả được đứa cháu côi cút, không nhan sắc.

Cưới xong, Duyên xách túm áo quần qua sạp tôi, thế là thành một gia đình.

Cái sạp mười người, thêm Duyên là mười một. Từ ngày nằm với Duyên, tôi không dám trở mình mạnh, cái sạp sẽ kêu ọp ẹp, và rung lên bần bật… ngày mai đi làm, cả bọn sẽ chọc ghẹo, thẹn đến ngây người. Cho nên, sau nữa năm nằm bên nhau, Duyên vẫn là con gái.

Cho đến một lần. Ngoại chết, Duyên và tôi về làm đám tang cho ngoại. Ba ngày khách khứa, tất bật, ngày thứ tư, mọi sự xong xuôi, căn nhà ngoại vắng vẽ, Duyên ngồi khóc, nằm khóc. Đêm thanh vắng, thương Duyên đau buồn tôi vỗ về ôm ấp, và cái thằng đàn ông trong tôi thức giấc bất ngờ không đúng lúc. Nhưng Duyên cũng chiều. Tôi vụng về, Duyên thì cứ khóc… như con ngựa ngon trớn, chồm lên người Duyên, Duyên chịu đựng, Duyên nhẫn nhục chiều tôi…

Đêm đó, Duyên có thai…

Về đến công ty, lại nằm bên Duyên trên cái sạp có mười một người, và vẫn rung lên bần bật mỗi khi trở mình, cho nên đúng một năm sau, ngày giỗ ngoại, tôi mới có dịp gần Duyên lần nữa… Lúc Duyên vào buồng lấy gạo thổi cơm mời khách, tôi đi theo và đè Duyên xuống đất, như con gà đạp mái. Hấp tấp, chớp nhoáng, cũng xong…

Thế mà Duyên lại mang thai…

Sanh con xong, Duyên nói:

"Mùng chật, con đông anh ngủ chỗ khác nghe!"

Tôi qua mùng bạn bè ngủ, thế là ngủ ngon, tha hồ trở mình thoải mái, mặc dù cái sạp vẫn cứ rung lên bần bật khi trở mình.

Ba năm sau, công ty vỡ nợ, chủ trốn biệt, công nhân giải tán, tôi mất hai tháng lương…

Vợ chồng con cái, dắt díu nhau lên thành phố kiếm việc làm….

May mắn, có cái mái hiên gần bến xe, vài người khách lỡ đường đang nằm ngồi, vợ chồng con cái cũng kiếm được một chỗ nằm.

Ngày ngày tôi đi kiếm việc làm, vác cuốc đi xin cuốc cỏ thuê cho chủ rẫy, khi có khi không... Duyên quét rác bến xe, lấp liếm cũng sống được qua ngày. Nhưng đêm xuống, nằm bên mái hiên nhà người ta ba bề trống trơn... Tôi mơ ước vô cùng, một mái nhà, rách nát cũng được.

Nghe đồn trên Lâm Đồng, đang cần thợ làm vườn. Người thất nghiệp các nơi đổ xô về. Đàn ông đàn bà đứng đầy những góc phố, chủ rẫy vườn lái xe ngang, lựa người định giá tùy theo ốm, mập, khỏe, yếu... chủ chịu mướn thì...được một ngày không thất nghiệp, tối về chui rúc ngủ đâu đó, ngày mai lại ra đứng góc phố, chờ chủ rẫy mướn. Tôi hỏi Duyên mấy đồng bạc mua vé xe... Lại đi kiếm việc làm...

Ngồi xe đò, cũng đã vài lần được ngồi xe đò.

Lần đầu đi với mẹ lên thành phố, người ta tấp nập, quần áo lượt là... Mẹ lên thành phố, để xin đi ở đợ cho người ta, lòng mẹ chắc là tan nát khi nghĩ đến bầy con sẽ vắng mẹ, dắt díu nhau mà sống.

Vừa cấn thai thì chồng làm thợ nề, té chết, sinh con xong, mẹ để đứa lớn nuôi đứa nhỏ, đem bầu vú căng sữa đi làm vú nuôi con người khác ở thành phố.

Nhưng lòng tôi hôm đó như mở hội, hân hoan, sung sướng…vì được ngồi xe, được đi thành phố, được mẹ cho ăn quà.

Rồi cũng đã vài lần ngồi xe đò đi kiếm việc làm, nhưng chưa bao giờ lòng buồn bã như hôm nay… tương lai mờ mịt, lỡ không kiếm được việc làm thì sao…

Trên xe, lắm người có vẻ nghèo khổ, nhưng cũng lắm kẻ có cái dáng vẽ thỏa thuê hạnh phúc, ăn xài vung vít… Tôi không ganh tị, không ghen ghét họ nhưng mà lòng ứa lệ xót xa cho Duyên, cho con…

Có ai đó nói "Người nghèo, đau khổ vì sự thừa mứa của kẻ khác nhiều hơn là sự nghèo khổ của chính họ…." và cây thánh giá của những người thân yêu, mà mình không thể vác thế, nặng bội phần so với thánh giá của mình...

Cảnh đẹp. Gió vi vút hai bên đường… Ruộng nương, núi đồi, nhà cửa, hoa lá… Nhưng thứ gì cũng vô vị đối với tôi, khi cái dạ dày lép kẹp và ngày mai không biết ngủ đâu, ăn gì… Và ba mẹ con nó… Ôi trời, cho tôi đổi mạng sống mình lấy hạnh phúc cho Duyên và hai con…

Có vài sợi tóc lạ vờn trên má tôi. Một người con gái…

Xe đò đông khách không đủ chỗ ngồi, cô đứng trước mặt gần nửa ngày mà tôi không hay biết…. Tỉnh cơn mơ màng, sững nhìn cô rồi đứng dậy nhường chỗ, mắt cô sáng ngời cười biết ơn vì cô đã mệt lả… Cô gợi chuyện, tôi trả lời vừa đủ. Khi quá nghèo, tương lai bất định, thì con người ta cũng mất cái thú hàn huyên.

Có một người xuống xe, lại được ngồi bên cạnh cô… Cô gợi chuyện, tôi trả lời nhỏ nhẹ… Tôi cũng hỏi han vài câu cho lịch sự và cô kể chuyện, bao nhiêu là chuyện…

Chưa một người giàu có hay một người con gái đẹp nào nói chuyện nhiều với tôi cả….

Gió mát rượi, buồn ngủ nhưng vai nặng trĩu vì Thu, cô con gái lạ, đang ngã đầu trên vai tôi… Cô ngủ ngon như trẻ con, nữa thân hình ấm áp, thơm tho tựa vào lòng tôi tín cẩn. Nghe lạ lẫm, như có lần được tắm trong một cái bồn tắm sang trọng thơm tho đẹp đẽ, có nước nóng có xà phòng thơm có khăn tắm trắng tinh trong khách sạn, khi được theo ông chủ lên thành phố.

Có câu chuyện, cô chủ bé nhỏ xinh đẹp đem thức ăn lên núi cho anh chăn cừu nghèo, mãi vui, tối trời nên không về được, cô bé ngồi tựa vào vai anh chăn cừu, cùng ngồi ngắm trăng sao và nghe anh chăn cừu kể chuyện trăng sao… Chuyện kể rằng, anh lặng người vì cảm xúc, ngồi rất yên để nghe lòng mình xôn xao, và ngồi rất yên, sợ vỡ giấc mơ trăng sao của cô bé…

Không thể nào đâu, hoặc là anh chăn cừu đã đủ ăn ngày hai bữa, nên mới còn đủ chất người, để lắng nghe lòng mình…

"Cái xắc tay của em."

Thu tỉnh ngủ, tái mặt, hớt hãi cúi người lục lạo tìm cái xắc tay.

"Đây này."

Tôi đưa cho Thu.

"Cô ngủ say, đánh rơi dưới đất, tôi giữ cho cô".

Thu mừng rỡ ôm choàng lấy tôi, tôi lại nghe lạ lẫm một lần nữa…

Chập tối, xe hư. Tài xế cho biết phải ngủ lại đêm. Mọi người tìm chỗ nằm, ngồi. Thu chủ động, xăm xăm kéo tôi đi.

"Đi với em."

Vào một nhà gần đó Thu thản nhiên nói :

"Cháu đi xe đò, xe hư ngoài lộ, chồng cháu bệnh xin bác cho ở trọ một đêm."

Chủ nhà tính từ chối, Thu xòe ra xấp tiền quá dày, cả bà chủ nhà và tôi đều sững sờ, và thu xếp một căn phòng đàng hoàng, đẹp đẽ.

Vào phòng Thu đổ từ xắc tay ra giường, mấy chục lượng vàng sáng lóe. Vàng, trời ạ! Chưa bao giờ tôi thấy nhiều vàng như thế!

"Ba mẹ sai em đi chồng tiền mua ghe để vượt biên cả nhà! Em không dám ngủ ngoài trời, cũng không dám ngủ một mình, sợ bị cướp, anh ngủ với em đêm nay!"

Thu chủ động mọi sự, từ chuyện đưa tôi vào đây, đến chuyện biến tôi thành một người đàn ông thật sự.

Thu vò tôi như vò cục bột trước khi làm bánh. Nghèo, cũng làm được chức phận thằng đàn ông một cách đàng hoàng nếu có một cõi riêng tư… Tôi cũng bắt chước, vò Thu như vò cục bột trước khi làm bánh, từ tốn lột áo quần Thu ra, từng mảnh, từng mảnh, như lột vỏ một cái bánh ú, cho đến khi chỉ còn một khối trắng trẻo thơm tho…

Thu không phải là con gái, Thu sành sỏi điêu luyện… Thu bày vẽ cho tôi đủ chuyện…A! Thu khác xa Duyên vời vợi, Duyên mảnh khảnh như bông hoa, Thu đầy đặn như trái chín. Duyên nhu mì, hiền lành, nhẫn nhục, thánh thiện dưới thân tôi, Thu lồng lộn, vũ bão.

Đêm, Thu ôm tôi kể lễ, đã vài lần có người yêu, họ đẹp như tài tử, chăm sóc từ miếng ăn giấc ngủ, họ đắm đuối mắt nhìn môi hôn, ngủ với nhau hằng đêm, vẫn viết thư nhớ nhung rưng rức, khi ban ngày Thu ra tiệm giúp ba mẹ, Thu ngập trong hạnh phúc, bơi trong tình yêu đầy hoa với bướm. Nhưng cuối cùng, anh biến mất với một khối tài sản của gia đình.

Sáng sớm hôm sau, xe đã sửa xong, giục Thu lên xe, Thu ôm riết, thủ thỉ:

"Dẹp hết, dẹp hết không đi đâu hết, cả nhà đang tổ chức vượt biên, em không muốn đi tí nào, nhưng sợ ở lại một mình nên phải đi, giờ có anh, em ở lại với anh, em tin anh, ba mẹ đi rồi, mình sẽ là chủ tiệm vải Hải Ký, mình sẽ sống sung túc mà!"

Tai ù đi, tiệm vải Hải Ký lớn nhất tỉnh lỵ, là của ba mẹ Thu, rồi sẽ là của tôi và Thu nếu lấy Thu làm vợ...

"Anh nhé! Anh nhé! Ở với em!"

Tôi đã tiến bộ và văn minh bất ngờ, trả lời Thu bằng một hành động thiết thực nhất mà Thu vừa dạy... Lòng rộn ràng khôn tả, không phải vì thân hình trắng trẻo thơm tho của Thu, mà vì viễn ảnh tiếng cười giòn tan của Duyên và hai đứa con bên mâm cơm đầy nhóc thức ăn, dưới một căn nhà ba gian hai chái đẹp đẽ mà Duyên hằng mơ ước.

Hạnh phúc của Duyên là chồng con được ăn uống no đủ. Mơ ước của Duyên là một mái nhà của riêng mình. Tôi sẽ cho Duyên điều em mơ ước.

Duyên, Duyên, người đàn bà bình dị như hoa đồng cỏ nội của tôi. Người mà tôi yêu thương suốt đời.

KHÚC NĂM TƯ

Khi tuổi của năm người anh họ của tôi cộng lại vừa chẵn ba mươi là lúc tôi vừa chào đời.

Thì là "nhất nam viết hữu", các anh được cả xóm yêu quý, vì khôi ngô, đĩnh ngộ, tuấn tú, thông minh ... và vì, là con trai.

Thì là "thập nữ viết vô". Ngày tôi chào đời, ba bỏ đi nhậu để giải khuây, khi nghe bà mụ nói "con gái".

Không ai quan tâm đến một đứa con gái vừa chào đời, là tôi. Ngày làm lễ rửa tội, chỉ có cha sở, mẹ, tôi, và hai giọt nước mắt của mẹ.

Nhưng khi vừa lẫm chẫm tập đi, thì tôi là món đồ chơi đắt giá cho cả xóm, kháu khỉnh, bụ bẫm, trắng trẻo, xinh đẹp, cứ nhoẻn miệng cười, mà nụ cười, nghe đồn, là như hoa, làm mê đắm lòng người, khó cầm lòng để đừng thả vào hai má bầu bĩnh vài cái hôn, rồi tha đi... Thuở đó, mẹ mới hăm mấy tuổi, nên tôi như là con búp bê của mẹ, mẹ diện cho tôi như đào hát bóng, nam phụ lão ấu, trong xóm nhỏ, đều thích ẵm, kể cả năm anh của tôi...

Xóm nhỏ của tôi, nhà không cần đóng cửa, người trong xóm tự nhiên ghé vào nhà nhau, nói dăm ba câu, xin chút muối chút đường, người trong xóm hầu hết là bà con của nhau, ở với nhau từ đời này sang đời nọ, rồi cưới nhau, rồi trở thành bà con xa gần của nhau, lũ con nít chạy chơi mệt, có thể ghé vào nhà ai đó, múc gáo nước uống, hay đánh một giấc...

Buổi chiều, cuối tuần xúm xít nhau nơi sân nhà thờ, người lớn, vì mê Chúa, người trẻ, vì mê nhau, con nít, vì mê chơi... Nhà thờ là một trong những sinh hoạt của xóm nhỏ, sân nhà thờ là sân chơi của cả xóm. Cha cố đạo thì già nua hiền từ, như một ông lão làng, cha yêu từng đứa trẻ trong xóm kể cả con gái, la hét xả rác đầy sân nhà thờ, cha mắng lấy lệ, nhưng chẳng đứa nào sợ...

Khi tôi bắt đầu đi học, thì các anh cũng đang vào những năm đầu trung học, và tôi, là miếng mồi ngon, là con gà đẻ trứng vàng của các anh khi cần tiền, mà các anh ấy lúc nào chả kẹt tiền, những lúc đó, tôi được yêu chiều vô vàn, xúm lại nịnh bợ dỗ dành, đạo diễn cho tôi đi bắt địa tiền người lớn . Thường thì, chỉ cần nép vào lòng một người lớn đó, thủ thỉ, vòi vĩnh một chút là có ngay điều tôi muốn, nhưng kẹt vì nhu cầu các anh hơi nhiều, và tôi cũng có hơi ngu, nên cứ bị các anh ấy dỗ đi diễn tuồng, xin kiểu nào, khóc kiểu nào... thì ra, từ cổ tới kim, nhan sắc vẫn có gía... một người đóng tuồng mà tới năm đạo diễn... đôi khi còn có những đạo diễn phụ, rất nhiều... là các bạn anh từ xóm khác đến.

Đạo diễn phụ, cũng rất thản nhiên, đập đập vào túi tôi , thấy cồm cộm tiền, là mượn, và nói rất hay, tiền lời rất cao , mới mượn được tiền …. có lúc, không cho mượn, cẩn thận bỏ tiền vào túi cài kim tây lại theo lời chỉ đạo của người lớn ,nhưng vẫn bị lấy cắp rất tài tình.

Mất tiền, tôi khóc lè nhè bắt đền mẹ, nhưng các anh đã biến mất. Hôm sau lại thản nhiên đến nhà mượn tiền, tôi túm được, khóc, đòi nợ, các anh giẫy nẫy.

"Mạ biểu anh mượn tiền em đi hớt tóc mà, hỏi mạ đi"

Mạ ừ đại cho khỏi ồn ào. Và các anh lại biến đi..

Hôm sau lại...

Tôi, mặc nhiên như là tài sản chung... của các anh, vì cái tật thích sưu tầm tiền mới, mè nheo những tờ tiền mới từ người lớn, từ cha cố đạo. Dù cha đang bận hay có khách, nhưng cho tôi tiền, là việc phải làm ngay khi xin , nếu không thì khóc , và không ai muốn nhìn đôi mắt đẹp ấy đẫm lệ.

Có tiền, cất vào cái ví xinh xắn, và rất có nhu cầu khoe... bởi vậy...

Và tôi cũng là người đưa thư tình, nhắn tin rất được việc của các anh, chỉ thỉnh thoảng mới đưa lộn thư tình của một anh nào đó, cho cô này thay vì cô khác.

Khi tôi vào trung học thì các anh đã trổ mã, có anh đã có bồ, có anh đã bắt đầu hút thuốc... bây giờ thì không ăn cắp, ăn cướp tiền của tôi nữa, mà là mượn, và không bao giờ có để trả, có chút tiền là ra quán ngay.

Quán là một hàng cà phê bình dân đầu ngõ, quán không tên, nhưng các anh gọi là "quán bên đường". Cô em gái xinh xinh vẫn được các anh cưng, mỗi ngày vẫn có một anh nào đó, đứng ngoài ngõ réo:

"Hường, ra quán với anh".

Tôi chạy ù ra ngoài, ôm eo anh, hay anh ôm cổ tôi, hai anh em ra quán, ở đó đã có đủ các anh, và đám bạn bè.

Các bạn anh, cũng được ăn theo, đôi khi sai tôi vù vù:

"Hường, đưa lá thơ cho chị Thu giùm anh"

hay là:

"Nhắn chị Thảo ra sân nhà thờ anh có chuyện muốn nói."

Theo các anh ra quán từ nhỏ, và chuyện của các anh, theo diễn tiến tôi thuộc từ chút, anh nào vừa yêu, anh nào thất tình, anh nào vừa có bài thơ đăng báo, và mộng mơ của các anh tôi cũng thuộc lòng..

Lên lớp bảy, tôi vào nội trú, các anh buồn da diết. Cứ vài tháng về thăm nhà, lại thấy vắng một anh, dạo này tôi lại trầm mình buồn theo các anh , vì chuyện thi cử, đậu, rớt, lính tráng…

Một buổi tối, tôi cho là rực rỡ nhất, một anh từ quân trường về, một anh học xa, và tôi, cũng thuộc diện học xa về. Sáu anh em xúm lại ở quán, cùng với đám bạn bè, để ăn uống, mừng một anh vừa thi đậu đại học, hai anh vừa đậu tú tài hai... Các anh tôi, quá hớn hở cho một tương lai đầy hứa hẹn:

"Tao phải đi không quân, tao phải làm tư lệnh không quân."

"Tao đã ghi danh sư phạm và luật... tao phải làm bộ trưởng bộ giáo dục."

"Tao học y khoa, tao phải làm bác sĩ."

"Thôi, mi học Nông Lâm Súc đi, mi phải làm bộ trưởng nông nghiệp, đất nước mình quá nghèo, quá lạc hậu, phải đưa ngành nông nghiệp lên, nông dân mói đỡ vất vả..”

“Tại sao mi chọn bay bổng trên trời, mà biểu tau gằm mặt xuống đất cả đời.”

“Tại tau cao ráo đẹp trai, mi mặt đầy mụn giống mặt đất nhìn từ trên cao”

Các anh rượt nhau chạy quanh quán, vì giành nhau và đẩy cho nhau một cái “ghế”.

Vừa thi đậu tú tài, sắp bước chân vào cuộc đời, cả một chân trời hứa hẹn, tưởng mình sắp kê vai để gánh vác đất nước..

Nhưng..

Đất nước tôi quá tang thương, không bao nhiêu người con trai đạt được mơ ước của mình… dù là ước mơ dâng cuộc đời mình để phục vụ người khác..

Mùa hè đỏ lửa, Hạ Lào... Mùa chiến tranh khốc liệt nhất trong một cuộc chiến triền miên. Các anh tôi đều bị động viên, xóm nhỏ tiêu điều, chiến tranh chết chóc lãng vãng trên những mái nhà... trên sân nhà thờ.

Ngày xưa, mỗi buổi lễ chiều, sân nhà thờ rộn rã tiếng

cười của những người không yêu mến Chúa, là những đứa con trai nhỏ, chơi banh đánh đáo, trên sân nhà thờ, những người con trai vừa lớn, như các anh tôi, một năm ba trăm sáu mươi lăm ngày đi lễ, làm sao bỏ lễ cho được, khi cô con gái mình yêu mỗi chiều tha thướt áo dài guốc mộc đi xem lễ, tình yêu chỉ tới đó, là những đôi mắt trao nhau mỗi chiều, một khoảnh khắc rất nhẹ... nhưng là dư âm cho một ngày, hay một đời...

Các dì, các bác níu lấy tôi, rồi những người đàn bà xóm khác níu lấy tôi, khóc vật vã:

"Con tìm cách hỏi thăm giùm dì, coi anh con có mệnh hệ gì không, anh đang dự trận bên Hạ Lào, nghe nói, lính mình chết gần hết."

"Cô có đi tìm anh, cho bà đi theo, thằng út của bà cũng đang ở Hạ Lào."

Chị Lành, người đàn bà giúp việc cho mẹ ngày xưa cũng tìm tới rủ đi tìm tin tức chồng chị.

Tôi đạp xe đi hỏi lòng vòng những người lính quen biết, ai cũng nói cứ chờ, chết thì sẽ có tin, sẽ đem xác về tận nhà, nhưng không ai chịu ngồi nhà chờ tin chết, nến cứ giục giã tôi vào nhà xác tìm.

Tôi, bà dì, chị Lành, và vài người hàng xóm có thân

nhân đang dự trận Hạ Lào, vào nhà xác tìm người thân, cổng nhà xác hôm đó đông nghẹt và thê lương , người ta chen chúc nhau tìm xác người thân, như chen nhau đi lãnh hàng quân tiếp vụ, có điều, lãnh hàng quân tiếp vụ thì chắc chắn sẽ được lãnh, còn bây giờ, họ van vái đừng được lãnh.

Người lính gác cổng nhà xác nói:

"Chỉ trong mấy hôm sẽ có tin, sẽ có người đưa xác về nhà, chứ chờ đợi ở đây làm chi cho cực."

"Đã nghi ngờ chồng mình chết thì làm sao ở nhà cho yên."

Có một bà nhào tới:

"Ông làm ơn coi có người nào tên Trần Văn X. không?"

Mấy bà khác, cũng mỗi người hỏi một câu:

" Ông coi giùm có Nguyễn Văn T. không?"

" Nhờ ông coi giùm có..."

" Ông cho tui vô tìm con tui, chứ không tui chết mất."

" Mấy người có danh sách đàng hoàng, tui đã đọc, còn vài người không có thẻ bài làm sao tui biết tên."

"Tui thấy có hai xe Hồng Thập Tự nữa mới vào , nhờ ông coi lại, ông làm ơn."

Có một chiếc xe lam vừa đỗ xuống, lại có mấy bà nhào tới khóc lóc, đòi mở cho được cổng nhà xác vào tìm chồng. Người gác cổng lại phải dỗ dành can gián:

" Ai cũng đòi vào rồi làm loạn lên trong nhà xác, đâu có được."

Tiếng khóc lóc, tiếng thở dài, những khuôn mặt hớt hải lo âu, tiếng van nài xin năn nỉ, quang cảnh não nề thê lương...

Có một xe Hồng Thập Tự vừa vào, những tiếng khóc, tiếng than van cùng ngừng hẳn, và cùng hướng về chiếc xe đang dừng lại chờ mở cổng, các bà nhào tới tìm xem có xác của chồng không.

Xe chạy vào, tiếng lao xao lại nổi lên:

"Nhờ ông coi giùm có tên Nguyễn Y, Trần Văn T. không?"

"Thôi được, tui sẽ làm hết lòng cho các bà yên tâm mà về, còn lại sáu xác không có thẻ bài, tui sẽ cắt mỗi xác một miếng vãi quần đùi, các bà phải biết vãi quần đùi của chồng mình chứ hả?"

Người gác cổng quay vào, rồi trở ra với miếng vải bông loang máu, miếng vải vừa đưa lên, chưa kịp lên tiếng, thì đã có một bà chồm lên, giật lấy, cầm cứng trong tay rồi khóc ngất:

"Đúng của ảnh rồi, quần này chính tay tui mua vải, tui cắt may cho ảnh đây mà, anh ôi anh ôi..."

Thế là có một bà vừa nhận được xác chồng.

Người gác cổng, lại quay vào rồi trở ra với mảnh vải màu xanh kaki, có mấy bà chồm tới giật lấy, khóc lóc, một bà bình tĩnh hơn:

"Quần này là hàng quân nhu phát, thiếu chi người mặc, biết chồng ai mà giành."

"Nhờ ông coi, có hai cái răng vàng hàm trên."

"Nhờ ông coi, giùm có nút ruồi son ở cổ không?"

"Nhờ ông coi, giùm có..."

"Tui xin lỗi, chịu thôi, xác này chắc trúng nguyên quả mìn , chỉ còn một nữa…"

Xóm nhỏ, ngày xưa, mỗi lần có xe hơi vào xóm, lũ con trai nhỏ bỏ tất cả trò chơi, để chạy theo, đu vào đuôi xe, cười rạng rỡ.

Chiều nay, có chiếc xe nhà binh vào xóm, mọi người, lớn nhỏ, ngừng ăn, ngừng uống, ngừng nói, ngừng thở dõi theo chiếc xe... Chiếc xe nhà binh chở quan tài... Đó là xe chở xác anh tôi... Anh tử trận tại chiến trường Hạ Lào, hai mươi mấy tuổi, chưa lập gia đình, mới có người yêu...

Đám tang anh xong, tôi trở về trường nội trú, với nữa linh hồn... Lòng bơi theo những người anh còn lại, ở những chiến trường khác nhau, và những người con trai đang chờ chết ở Hạ Lào, An Lộc, Bình Giã, Đồng Xoài...

Chiều nội trú, buồn, mưa lất phất. Phòng ngủ, lầu ba, phía dưới là đường Yên Bái, có "hàng cây lá, xanh gần với nhau", có những đôi nhân tình che chung chiếc nhau chiếc dù, cho tôi chợt lạnh, đến vô cùng...

Có những người hôn nhau dưới những hàng hiên vắng... cho lòng xôn xao nhớ... nhớ người tôi sẽ yêu, nhớ người đã yêu tôi...

Nắng sắp tắt, những bóng đèn đường, vàng hiu hắt... những đường mưa cắt nghiêng vũng sáng vàng vọt dưới những cột đèn, và, những vũng sáng, không vàng vọt, mà ấm áp trong vuông cửa sổ nhà ai, ở trong đó, hình như có những đôi nhân tình, yêu nhau.

Không có phần cho tôi, không có phần cho những người như anh tôi, không có phần cho người lính trẻ đang bước đi nghiêng ngã xiêu vẹo dưới kia...

Và trời ạ! Người lính trẻ đó là anh tôi, vừa từ chiến trường về, vào trường nội trú mượn tôi sợi dây chuyền, lần thứ bảy, thứ tám gì đó anh vào trường mượn tôi sợi dây chuyền vàng.

Mẹ, người lo xa, kinh nghiệm của mẹ từ lần chạy giặc tết Mậu Thân, của người khác từ những lần chạy giặc bất ngờ, mẹ bắt mỗi đứa con đeo một tí vàng, lỡ có chạy giặc, bán mà ăn.

Những anh tôi, suốt đời nợ nần tôi, cứ vào, mượn, rồi không trả, và đi luôn vào lòng đất, có anh mượn, để uống rượu sau những lần hành quân, đi tìm những cơn say, để thả trôi linh hồn theo bạn bè đã chết...

Các anh còn "bán cái" sợi dây chuyền vàng cho các bạn anh. Có những bạn bè cùng đơn vị, mà tôi chưa biết mặt, cũng vào trường nội trú mượn sợi dây chuyền vàng ,những lần về phép:

"Gia đình anh ở trong Nam, về thăm gia đình thì mất bốn ngày đường rồi , em viết vài chữ giới thiệu, anh về nhà em ngủ nhé, tiện tay cho anh mượn luôn sợi dây chuyền , tiền anh nhậu hết rồi "

Bạn anh, thay vì trả lại sợi dây chuyền đã mượn, thì chỉ gởi thư tình , và hơi nhiều.

Tháng mười hai, tôi lại nhận được điện tín "Anh Tú chết, về gấp".

Ngày đám tang anh, tôi cảm nhận được nỗi đau, bằng

vật lý, ruột đau đến nỗi phải ngồi xuống, cho dịu cơn đau, rồi mới bước đi nỗi theo quan tài.

Bác , mẹ anh, điên loạn, bác lăn lộn , rựt tóc, xé áo. Bác tôi chết chồng năm hăm lăm tuổi, chỉ có một người con, là anh, bác không lập gia đình lại, không hiểu vì bác không có nhan sắc, hay cái nhản hiệu "tiết hạnh khả phong" treo mơ hồ khắp xóm nhỏ, sống hiu hắt, cô đơn mấy mươi năm, và sẽ cô đơn hơn... cho đến ngày cuối.

Cha cố đạo đã từng làm lễ rửa tội cho mỗi anh tôi lúc còn bé, sân nhà thờ đầy dấu tích phá phách của đám con trai nhỏ ngày xưa. Tiếng cười đùa còn đọng trong không gian, cỏ cây hoa lá...

Ngày đó, cứ năm giờ, giờ lễ chiều, các anh và đám con trai nhỏ, bỏ ăn, bỏ chơi, chạy thục mạng đến tháp chuông, đứa nào nhanh nhất thì được giật chuông nhà thờ, kêu boong boong vọng cả mấy xóm. Có khi giành nhau giật chuông, mà thụi nhau, đánh nhau, kiện nhau, cha phải xử, đúng hơn là cha phải đền, cho đứa bị đánh và cả đứa đánh người ta. Có khi, chạy vấp toác chân, cha ẵm vào nhà thờ, vừa xức thuốc, vừa mắng, vừa đau lòng...

Cha cũng là con gà đẻ trứng vàng của đám con trai láu lỉnh như các anh tôi:

"Cha, con khiêng sách cho cha, cha cho con một đồng nghe."

"Ừ."

Đứa kia nhanh tay hơn, giật thùng sách, đứa khác giật lại, đứa khóc.

"Cả ba đứa khiêng từ từ thôi, kẻo té."

Ba đứa ì ạch khiêng thùng sách chừng năm cuốn, được ba đồng...

Lần khác thì xin đấm lưng cho cha, rồi xin tưới cây, cha có chừng chục cây bonsai, mà suốt ngày ngồi không yên, vì hết đứa này đến đứa khác đến xin tưới cây mướn, chỉ khổ ông Từ quét dọn nhà thờ, cứ phải lau nước đám trẻ đổ vung vãi đầy sân nhà cha...

Giờ không đứa nào giật chuông nữa, vì đứa còn ngoài mặt trận, đứa chết nằm đó, đứa mất tay mất chân... Ông Từ giật chuông báo tử, tiếng chuông ngân vang, không rộn ràng giòn giã mà trầm buồn, thầm vào từng viên sỏi ngọn lá ngoài sân nhà thờ...

Cha cố đạo, giờ già cằn cỗi như cây bonsai trong sân nhà cha, lom khom làm phép xác cho từng đứa con trai, mà cha đã yêu chiều từ tấm bé...

Giờ cả xóm đạo rưng rưng thương cái thằng con trai mà họ đã bồng ẵm hôn hít hồi xưa, đã móc hầu bao cho nó vài chục bạc, khi thi đậu tiểu học, trung học, đại học.

Phúc bất trùng lai, họa vô đơn chí. Anh Luân, con dì

tôi bị thương nặng, cũng trận Hạ Lào, anh bị mất một tay, một chân, mặt anh nát đi vì sẹo, gặp anh, tôi chỉ khóc, anh cứ nói mãi một câu: "Chết như thằng Tú, thằng Hòa mà hơn." Người yêu của anh, chị Phượng, vẫn đòi làm vợ anh, anh yêu chị, nên dày xéo, gây gỗ, dữ dằn với chị, để chị bỏ anh, cho đời chị sáng sủa hơn, nhưng chị Phượng kiên trì, nên anh tôi may mắn có vợ là hoa khôi của xóm.

Những năm sau gặp lại, chị khô héo, xanh xao... Tôi rủ chị đi ăn, chị nói, hay là thôi, chị không ăn, cho chị vài đồng mua cho thằng út lon gạo nấu cháo, cả nhà ăn khoai, nó mới có mấy tháng tuổi, không chịu nhai khoai, đói, khóc lè nhè cả đêm.

Trong cái rủi lại có cái may, anh tôi bị thương nặng nên khỏi bị đi học tập cải tạo. Anh tôi hào sảng, hào hoa là thế, anh tôi đẹp trai là thế, anh tôi ngày xưa chưa nói đã cười, duyên dáng, dí dõm ,bây giờ anh ngồi héo hắt ôm con cho vợ đi kiếm gạo, cả hai cha con xanh xao ốm o, như người ốm nặng. Đứa con vừa biết bò, anh tôi mất một chân, không có tiền mua xe lăn, nên cũng bò như con.

Chị Phượng, ngày xưa thanh cảnh, dáng mềm, đẹp như thơ, chị bước một bước, có mấy đôi mắt dõi theo, chị hất mái tóc, có vài trái tim nghiêng xuống, giờ chị bán chợ trời, mặt mày hốc hác, áo vá muôn màu...

Tôi nói:

"Anh đừng nghĩ đến chuyện bán vé số vớ vẫn ,ở nhà đi, để em làm thêm giờ nuôi anh".

Tôi mua cho anh chiếc xe lăn, bạn bè anh, người mù đẩy người què, đẩy anh đi loanh quanh, cũng đỡ buồn và đỡ nhục, vì phải lê lết dưới đất.

Anh rủ tôi đi thăm vài bạn bè cũng tàn phế như anh, buổi trưa không có ai ở nhà, vì phải đi kiếm ăn... Nhà của bạn anh, cũng không thể gọi là nhà, đó là một vài miếng tôn, dựng dựa vào một bờ tường nhà người ta, chung quanh nhà, che thưng bằng đủ thứ, giấy bìa, ni lông, vải... đám dân lao động sống lang thang, phóng uế bừa bãi, quanh chỗ ở, mồi nhặng hôi hám...

Nhà người bạn khác của anh, cũng là một cái chòi trên một rãnh nước, có thể nhìn thấy những chuột chết, thức ăn, rác, phân... trôi qua dưới tấm ván ọp ẹp, gọi là sàn nhà, mùi cống rãnh bốc lên, thối nhức óc...

"Đó là căn nhà mơ ươc, của những đứa thương phế binh ngoài Huế đó em, tụi nó chỉ mơ ước được vào Sài Gòn, dù có đi xin ăn, cũng còn có người cho, buôn bán vớ vẫn cũng còn sống được tàm tạm... Ngoài Huế, bọn lính tráng tụi anh, có đủ tay chân, còn khó kiếm ăn, huống là tụi nó.

Anh có thằng bạn học trung học Thiên Hựu với anh hồi xưa, cụt hai chân, tụi nó ở ngoài Huế, đi xin ăn thì xấu hổ, vì đi đâu cũng gặp người quen, vả lại, Huế nghèo quá, xin ăn cũng chẳng mấy ai cho, đi làm, thiếu tay thiếu chân không ai mướn , anh xúi tụi nó vào Sài Gòn đại, cứ dựng lều ở bừa, tới đâu thì tới "

Tôi nói vói anh:

"Đường lầy lội, đá sỏi lởm chởm, em đẩy xe lăn cho anh mà suýt té mấy lần, làm sao họ tự lăn xe cho họ được anh,"

Anh trợn mắt nhìn, như tôi là người trên trời rơi xuống:

"Chiếc xe lăn bốn trăm ngàn, không có đêm nào tụi nó ngủ, mà dư được đồng bạc trong túi, xoay xở không đủ ăn, đời nào mới mua được xe lăn, nói đúng, cũng có đứa lanh, xoay xở đủ ăn, còn dư chút chút, thì phải nuôi đứa không biết cách kiếm tiền, chiếc xe lăn của anh đây, cũng ba đứa xài chung, anh có của được quyền ngồi nguyên ngày chẵn, tụi nó chia nhau, ngồi ngày lẻ..."

"Vậy họ di chuyển bằng cách nào?"

"Lết, cắt vỏ xe hơi, cột vào mông, rồi lết, bằng cái mông và hai bàn tay."

"Rồi tiền đâu họ sống?"

" Bán vé số, bán báo, bán thuốc lá lẻ... có đứa mua được cái cân, ai đứng lên cân thì trả tiền."

"Tới đây anh chỉ cho coi, còn nhiều đứa thảm hơn nữa."

Anh dẫn tôi đến một góc chợ, chỉ cho tôi:

"Đó, trung úy bộ binh, bị thương năm bảy ba, học một lớp với anh, nhưng nó học Bình Linh."

Tôi đưa tay ôm mặt để đừng nhìn thấy, nhưng đã lỡ thấy:

"Chân tay anh còn nguyên, nhung không hiểu sao, hai chân anh mềm nhũn nhỏ xíu như hai con rắn, anh nằm sấp và lết, lết, lết... đi xin ăn trên con đường lầy lội."

Hai anh còn lại, bị đi học tập cải tạo. Tôi vào thăm nuôi anh nói:

"Ngày hai miếng khoai mì mốc nhỏ xíu, còn chịu được, nhưng lạnh tới xương, kinh quá... em cởi cái áo lạnh cho anh."

Tôi khóc nhìn anh tơi tả, chỉ còn da với xương trong bộ áo quần may bằng vải bao cát...

Charles Chaplin có một phim diễu chua chát về chiến tranh. Ông lãnh tụ, đùa với quả địa cầu nhựa, bằng đầu, bằng tay, bằng chân, bàn tọa của ông. Họ cũng đùa với đàn anh, đàn em của anh tôi. Họ để anh tôi và đồng đội lên bàn cờ, sống chết như một chiếc lá rơi...

Cả một thế hệ mất nụ cười... Nếu đó là bàn tay lông lá, thì đành... Những bàn tay lông lá, đã đầy đọa, những đàn anh của anh tôi đã quá nhiều và đã quá lâu...

Nhưng gà chung một mẹ, sao không thương nhau, đày đọa nhau mà chi... niềm đau riêng của mỗi người đã đủ cho người đó...

Đi cải tạo về, tôi lại cùng anh ra quán, quán bên đường, vẫn còn đó, trông tiêu điều hơn , bên cạnh những căn phố lộng lẫy mới cất, quán xập xệ, không tương xứng với cái bảng hiệu đẹp đẽ chói lọi.

Cô chủ quán là con bà chủ quán ngày xưa đã chết, reo vui khi gặp anh em tôi... Cô huyên thuyên nói:

"Mạ chết rồi, trước khi mạ lẫn, cứ biểu tụi em làm bảng hiệu thật lớn, quán bên đường là tên anh Tú đặt, mạ thương anh Tú nhất, biểu làm bảng hiệu cho ảnh vui... mớ bàn ghế cũ, tụi em đòi thay, mạ không cho, lâu lâu lại để một ly cà phê đá, góc bàn anh Tú ngồi, rủ rê anh, "Về uống đi con, bác đãi..."

Cô mở những bản nhạc cũ, thời các anh thường nghe... Con đường tình ta đi, với bàn chân nhỏ bé... Năm năm rồi không gặp, từ khi em lay chồng... Trả lại em yêu, con đường học trò... Hỡi người chiến sĩ đã để lại cái nón sắt bên bờ lau sậy này... bây giờ anh ở đâu...

Nước mắt thì không nghĩa lý gì với niềm đau của anh

tôi... dĩ vãng mất hết... em út chưa nếm đủ mùi đời đã chết, bạn bè bỏ vợ bỏ con, chết... anh lớn nhất, cụt tay, cụt chân... bản thân anh, chưa biết làm gì để sống, sau những ngày tù tội... tương lai mờ mịt... anh ngồi lặng người như tượng đá trong nghĩa trang quân đội...

Tôi đi loanh quanh sờ từng góc bàn, đầy những dấu khắc tên anh tôi và ngươi tình... Tú + Phương, Tú + Hoa, Tú + Thúy... yêu ai, anh cứ ngây thơ tin là thiên thu... nhưng sự ra đi của anh mới là thiên thu...

Chiều, tôi rủ anh đi thăm mộ cha sở, cha đã qua đời, ông Từ, khiêng hết cây Bonsai của cha ra phần mộ cha, anh tôi cười, nụ cười héo hắt:

"Những cây Bonsai này, quá đắt giá, cha tốn biết bao nhiêu là tiền cho tụi anh, mà lạ, Bonsai đâu thể sống mà lúc nào cũng ướt đẫm những nước, thế mà vẫn sống, em mình lại chết yểu..."

Anh tôi xin ông Từ một cây, biết cha yêu anh, biết anh thương cha như thương một phần trong thân thể anh, biết anh sẽ yêu cây Bonsai như yêu xóm nhỏ này. Ông cho anh cây mà cha quý nhất.

Anh về, ôm cây Bonsai trên đôi tay, kính cẩn, nâng niu, thương yêu. Tôi rùng mình, đau quặn, như lần ôm cái tiểu đựng xương anh tôi, ngày dời mộ.

KHÚC NĂM SÁU

Ở miền Nam, trời tháng chín bắt đầu có mưa dầm, mây xuống thấp che kín cả bầu trời, mùi ẩm thấp của rừng lá hòa với những hạt mưa nhỏ lất phất trên mặt nước. Hai bên bờ sông Gành Hào, chằng chịt những cây Lức và dây Cóc Kèn đan vào nhau trải dài.... thỉnh thoảng gặp một hàng dừa nước, lá xanh um nằm lấp xấp trên mặt nước, vài cây Mắm nằm trườn ra dòng sông, thả từng chùm lá tròn nhỏ, ủ nước, trông lạnh cả hồn....

Sông Gành Hào rộng và khá sâu, nước chảy xiết, con sông được Nhà văn Sơn Nam nói đến rất nhiều trong "Hương rừng Cà Mau" với những huyền thoại kỳ bí, với những chuyện bắt cá sấu... với những cảnh rừng thiêng nước độc.... Có đi trên con sông Gành Hào mới cảm hết được nỗi hoang vu của nó....

Sông Gành Hào là cửa ngỏ vượt biên nỗi tiếng của miền Nam, với hàng loạt tàu đăng ký đi chính thức vào năm 78-79.

Làn sóng vượt biên làm hồi sinh sức sống của dân Gành Hào, hàng quán nhà cửa mọc lên như nấm, những ghe tàu đánh cá cũ được sửa chữa, hàng trăm tàu mới được bổ sung, người từ khắp nơi đổ về..., để đăng ký và chờ đợi chuyến đi, để vượt biên, để buôn bán sinh sống,.

Có những người suốt ngày lang thang ở những bãi kín đáo, chờ ghe ghé vào rước khách, để trà trộn vào nhảy lên tàu, vượt biên ké.... Dân chúng sống dọc theo bờ sông Gành Hào kéo ra tận biển.

Buổi chiều, nhìn ra phía cửa biển, hàng trăm chiếc xuồng con, như những chiếc lá nhỏ, chơi vơi chập chùng ven theo cửa Gành Hào trôi ra biển, họ là đám người lang bạt nghèo khó sống bằng nghề vớt củi tận ven biển, vớt những nhánh mắm khô, những cây Đước, những thân ván mục, về làm củi, hoặc bán.

Trong đám người trôi nỗi đó, cũng có rất nhiều người

vượt biên, giả dạng tiều phu, thoát ra cửa biển bằng xuồng nhỏ, ở ngoài kia đã có ghe lớn đợi họ.

Chiều nay, lẫn trong đám xuồng ba lá, có hai chiếc xuồng nhỏ ngỡ ngàng vì lần đầu tiên ra biển, họ cầu mong được vượt thoát ra khỏi đồn công an trấn ngay cửa biển.

"Mình đến đâu rồi Hùng?"

"Liên hỏi làm gì?"

"Để biết, nếu gần đến cửa biển, Liên còn phải ôn lại những gì anh Danh dặn, khi công an chận lại hỏi."

"Thôi không cần, Liên làm ơn giấu giùm mái tóc, và gương mặt trắng nõn là yên."

"Lỡ công an chận lại hỏi, thì Liên trả lời sao?"

"Thì bảo rằng, thấy người ta ra biển vớt củi vui quá, nên đi vớt thử cho biết..."

Cả bọn phá lên cười giòn giã... Cô giáo Ngọc cứ quấn đi quấn lại chiếc khăn rằn mới tinh trên đầu, vừa vui vẻ càu nhàu:

"Không hiểu sao mấy cô mấy bà ở đây, cuốn cái khăn rằn một nháy mắt là xong, mình cũng cuốn vậy mà nó cứ rớt xuống hoài."

Cô Ngọc, với vóc dáng thanh thanh của gái thành phố, và Liên, với mái tóc dài, mềm mại buông thỏng nhẹ nhàng, khuôn mặt bầu tròn, lúc nào cũng như đang cười, trông rất trẻ thơ, mặc dù Liên đã được mười chín tuổi, một khuôn mặt tiểu thư. Nhìn Cô Ngọc và Liên , không thể lầm vào đâu được, mà biết ngay, là những người con gái hiền lành, phố thị, và Hùng thoáng có cảm tưởng như đang đóng một khúc phim mà nó thủ vai anh lái đò.

Có tiếng nói của một người nào đó:

"Cặp xuồng vào mé sông đi, ở phía trước xuồng của anh Danh đang dừng lại đợi kìa."

Cả bọn tấp vào bờ dưới bóng cây Mắm , anh Danh nói:

"Mình còn khoảng một tiếng nữa là ra đến cửa, nhớ bơi sát bờ bên phải cửa biển, phải bình tỉnh chèo ra khỏi hàng đáy, đừng liếc qua phía đồn Công An, nó có ống dòm theo dõi đó, Liên và cô Ngọc không được ló đầu ra khỏi mái lá, Dũng bơi trước mũi tiếp Hùng, nước chảy xiết lắm, ráng sức mà bơi. Nhớ là mình có hai chiếc xuồng, mỗi chiếc bốn người, lỡ có chiếc nào bị Công An bắt, thì chiếc kia cứ bình tĩnh mà bơi, đừng tỏ ra sợ hãi mà bể ổ, ra tới cửa biển sẽ có ghe lớn."

Nước sông Gành Hào đang đứng, chuẩn bị cho một con nước lớn. Hùng nghe mõi nhừ ở hai đầu cổ tay, nó bơi từ Quận Hộ Phòng, ròng rả bảy tiếng đồng hồ, bằng sự kiên nhẫn vô biên, nó hiểu đây là trận bơi xuồng quyết định, vả lại trong mái lá, có đôi mắt của Liên nhìn nó từng hồi, như cám ơn, như gởi gắm, như ghi sâu một điều gì đó. Nó chỉ mới gặp Liên từ khi bước lên xuồng, nhưng nhìn dáng Liên bơ vơ một mình trên khoang thuyền nhỏ, và ngay từ tiếng chào cùng hai đôi mắt gặp nhau , là Hùng đã cảm thấy muốn cưu mang người con gái đó rồi.

Hùng có khuôn mặt chữ điền, nước da ngăm đen, người gầy và cao dong dõng , quê ở Cần Thơ, năm mười tám tuổi, trốn nghĩa vụ, trôi nỗi đến tận xã Trùng Khánh, thuộc tỉnh Sóc Trăng, sống bằng đủ thứ nghề lang bạt, mẹ có mỗi mình nó, ba đã mất trong trại cải tạo, nó có một ông cậu đang ở Mỹ, nên mẹ nhất quyết tìm mối vượt biên, đã đi duột mấy lần, làm hao tổn gần hết sản nghiệp của mẹ, lần này mẹ run run giao vàng , nó biết đây là chuyến cuối cùng mẹ có thể giúp được. Tính nó vốn thâm trầm chịu đựng, cả ngày hôm nay lại đăm chiêu ít nói hơn, chắc đang mang nặng hình ảnh mẹ, vì lúc sáng Hùng kể với Liên rằng, mẹ đã vừa đi vừa cúi mặt khóc trong vành nón, lúc tiễn nó đến Hộ Phòng.

Đến xế chiều thì ghe đã tiến đến cửa biển, trà trộn trong đám xuồng đi vớt củi cả mấy trăm chiếc đang dừng lại ở cửa biển chờ con nước lên, một vài chiếc xuồng tấp vào những quán cóc hai bên bờ sông Gành Hào uống cà phê, ăn quà vặt, một số khác thì neo thuyền ngay cửa biển, xúm lại trò chuyện giỡn hớt. Liên chồm người tới phía trước đưa cho Hùng ly nước chanh, mấy cái bánh:

"Anh Hùng chắc bơi rã tay rồi, uống nước ăn bánh nghe."

"Thôi nói Dũng cho anh điếu thuốc."

"Anh Dũng châm thuốc đi để Liên chuyển ra sau cho anh Hùng"

Rồi Liên liếng thoáng nói đủ thứ chuyện với Hùng:

"Biển đẹp quá anh hả?"

"Ờ, chút nữa nhìn người ta vớt củi vui lắm."

"Củi ở đâu giữa biển mà họ vớt vậy anh."

"Củi là những nhánh cây khô từ những cây Mắm, cây Đước, mọc ven rừng, gặp con nước lên, nước ùa vào rừng, rồi sóng đánh cuốn những cành cây ra biển, và người ta vớt về phơi khô bán, hay để xài, cũng có người lén vào rừng chặt cây chở về, khỏi vớt."

"Ủa, cây rừng mà sao phải lén chặt, công khai không được à!"

"Không được, chỉ có nước sông nước biển là tự do, ai muốn uống bao nhiêu cũng được, nhưng chặt một cành cây là vi phạm tài nguyên quốc gia, ở tù đó."

"Bộ anh có đi vớt củi rồi hay sao mà rành quá vậy"

"Có chứ, anh sống lang thang, để tìm cơ hội vượt biên, việc gì cũng có làm qua."

"Tội nghiệp anh quá , Liên mong anh sẽ không phải

sống lang thang nữa"

Giọng cô bé rất dễ thương, Hùng cảm động nhìn sâu trong mắt Liên:

"Liên sẽ nuôi anh trong những ngày tới phải không?"

"Anh có nuôi Liên thì nuôi, chứ Liên vừa ngu vừa dại vậy, làm sao nuôi được anh!"

"Ờ mình nuôi nhau, nói theo kiểu kiếm hiệp, là "có phúc cùng hưởng, có họa cùng chia".

"Chỉ sợ anh nói bốc đồng, Liên chưa bao giờ sống xa ba mẹ , được chăm sóc từng chút, bây giờ nghĩ đến sống một mình,sợ ghê."

"Không sợ gì hết, có anh đây."

Bỗng Liên hoảng hốt, níu chặt bờ vai Hùng,

"Gì vậy anh, người ta lao xao quá chừng , bộ bị công an bắt hả?"

"Liên có tật rồi giật mình, nước bắt đầu lên, người ta chuẩn bị bơi ra biển vớt củi đó mà."

Liên nhìn ra cửa biển, từng đoàn xuồng nhỏ đổ ra biển, như đám vịt xổ chuồng. Hai chiếc xuồng nhỏ của đám người vượt biên cũng theo họ bơi ra, có tiếng mái dầm bì bỏm, san sát bên nhau, tiếng kêu nhau, tiếng cười đùa từ đám người vớt củi .

Cảnh sống động làm lòng cũng xôn xao, từng vạt ánh sáng lăn tăn trên mặt biển, một vài con chim đậu trên những cành củi khô trôi bồng bềnh trên mặt nước, cả mấy trăm chiếc xuồng trôi ra biển, giữa cảnh biển chiều thơ mộng như không có thực.

Có hai chiếc tàu của công an biên phòng đang lượn vòng vòng , Danh cặp sát xuồng của Hùng thì thầm:

"Coi chừng hai chiếc tàu kiểm tra, thấy trên mui có khẩu đại liên không? một tên thủ súng, một tên đặt ống dòm, máy tàu của họ mạnh lắm, nó chạy ngang mình có thể lật chìm thuyền, bình tĩnh, bảo các bà cẩn thận."

Liên kéo cô Ngọc vào giữa mái, khom người xuống như tránh đạn, Hùng lại hét lên:

"Ngồi tự nhiên, kẻo tụi nó nghi."

Hùng và Dũng hồi hộp bơi ngang qua trạm gác , an toàn, mọi người thở phào nhẹ nhõm.

Trời vừa sập tối, thì ghe cũng vừa đến điểm hẹn. Gió lạnh từ khơi thổi vào, cộng với tiếng côn trùng, tiếng cành cây gió đưa kẽo kẹt, làm nỗi buồn , nỗi lo sẵn có của mỗi người ở trong lòng, tăng thêm một chút.

Vài chiếc đèn gió từ những chiếc ghe đánh cá ngoài khơi lóe lên những đóm sáng vàng vọt. Ghe anh Danh dừng lại đợi đến khi ghe bọn Dũng đến gần, anh ra dấu quẹo vào một con lạch nhỏ, ngoằn ngoèo.

"Mình cứ bơi theo con rạch này sẽ có người ra đón."

Hai bên rạch là khu rừng Đước âm u, hai chiếc xuồng âm thầm lướt trong đêm đen dày đặc, khoảng một tiếng đồng hồ thì đến điểm hẹn.

Đó là một gò đất ẩm ướt, đã có một nhóm khoảng mười người cũng đang chờ ghe lớn, họ ở tạm trong hai căn chòi nhỏ được dựng sơ sài bằng cây rừng, nhóm này ra đây trước một ngày, họ đi bằng cửa sông Ông Đốc, mọi người gom hết trong hai cái chòi nhỏ.

Sau đó Dũng, Hùng và anh Danh bơi xuồng ra ghe lớn gặp thuyền trưởng để bàn thảo kế hoạch. Sau khi bàn thảo, thuyền trưởng quyết định sẽ khởi hành vào lúc hai giờ sáng.

Đúng giờ khởi hành, cả đám bơi xuồng ra ghe lớn, thuyền trưởng thoăn thoắt đi lui đi tới chỉ huy cho đám người trên xuồng nhỏ vừa cập đến. Chỉ trong một thoáng, cả bọn đã lên hết trên ghe lớn, và bắt đầu nhổ neo khởi hành.

Dũng đếm , chỉ có năm người nữ, hai trẻ em, còn lại toàn là thanh niên. Chắc cũng như Dũng, những thanh niên đến tuổi đi nghĩa vụ quân sự, nếu không trốn thoát, rất có nhiều nguy cơ chết trận, mà gia đình cho là chết phi lý, nên tìm cách cho con đi vượt biên, vì dạo đó, chính quyền tuyển lính bộ đội ráo riết, vì đang có chiến tranh với Campuchia.

Tiếng máy tàu TS 130 nổ dòn, Dũng nằm sâu dưới hầm lưới, mùi dầu máy, mùi cá mùi tanh tưởi xông lên nồng nặc, Hùng ngồi kề bên trầm ngâm hút thuốc lá, bên cạnh Liên đang nằm co ro mệt mỏi vì say sóng, tàu đi được khoảng một tiếng, bỗng Đông Âu thét lớn:

"Công an biên phòng rượt, tắt hết đèn trong cabin. Bảy đâu, thổi cây đèn bão, mau lên."

Dũng nằm nghe tiếng máy gầm lên lút ga, và tiếng sóng đánh mạnh trên mạn thuyền. Biển đêm chuyển động, gió và sóng dữ dội... xa xa đèn pha của chiếc tàu tuần tiểu chiếu lên một vùng ánh sáng rộng, nhưng vẫn không đủ sáng để nhìn thấy chiếc ghe nhỏ bé của đám người vượt biên, nên sau một giờ rượt bắt, chiếc ghe nhỏ đã thoát được an toàn.

Lại có tiếng của Đông Âu:

"Thoát rồi, nhờ trời tối, chứ thuyền nó lớn và máy mạnh gấp mười lần máy mình."

"Dũng gọi giùm thằng Hưng xuống đây coi, tiếp với tao định lại hướng cái la bàn, mình sẽ đi vào vịnh Thái Lan nơi gần nhất."

Sau một đêm sóng cao gió mạnh, buổi sáng, biển lặng, mặt trời đỏ ối mọc lên từ từ, tỏa ánh sáng dịu nhạt trên mặt biển xanh, cả bọn nhao nhao nhảy ra khỏi hầm tàu để nhìn biển cho thỏa mắt.

Từng đàn cá lướt trên mặt nước, đôi lúc phóng tung khỏi mặt nước xanh rì, có những đám rêu xanh trôi lững lờ trong lòng biển . Giữa bầu trời bình yên trong sáng, vài con Hải Âu bay lượn, thỉnh thoảng một con chúi mũi cắm đầu xuống biển bắt cá, rồi bay vút lên.

Có tiếng của thằng Sang:

"Có ai muốn tắm biển không hả?"

Đám khách Sài Gòn ngồi im không hưởng ứng, còn lại đám con trai Lục tỉnh nhìn nhau cười cười, Trung không nói tiếng nào, cởi áo nhảy xuống nước, anh Thức, anh Danh, thằng Bảy cũng nhảy xuống nước, lặn một hồi lâu, Bảy nhoi người lên cười nói với Dũng:

"Sợ hả mày?"

Dũng rủ Hùng, hai đứa cùng nhào xuống biển, cả đám

vừa bơi lội cười giỡn om sòm.

Thằng Sang, có giọng cười sang sảng như vui thích điều gì, quê nó ở Sóc Trăng, nó có bà chị là hoa khôi trường trung học Hoàng Diệu, gia đình nó sống bằng nghề làm tương chao, hiệu tương chao nhà nó nổi tiếng là ngon. Cả bọn ngồi phơi nắng trên khoang ghe, Sang hơi ngập ngừng nói:

"Bây giờ tui có đề nghị này, chúng mình ra đi chuyến này không có cha mẹ bà con gì hết, tui nghĩ mình nên kết nghĩa anh em, qua đến đảo tụi mình cất chòi ở chung, cái gì cũng chung với nhau hết."

Giọng Hưng chất phác chân thành:

"Ờ phải rồi đó, giống như trong truyện, người ta nói ,tứ hải giai huynh đệ gì đó!"

Thằng Bảy cãi lại:

"Không phải, tao thấy trong truyện kiếm hiệp viết là: kết nghĩa huynh đệ và cùng thề nguyền là có phúc cùng hưởng, có họa cùng chia."

Hưng thắc mắc:

"Rồi sao nữa?

"Rồi thề rằng, trên có trời dưới có đất, tui tên là Huỳnh Bảy xin nguyện kết nghĩa anh em với thằng Lâm hoàng Dũng, thằng Hà văn Hùng, thằng...."

Hưng vừa cười nắc nẽ, vừa khoát tay:

"Ê đừng đem tên tao vào nghe, mày thề vậy đâu có ứng nghiệm, chỉ ứng nghiệm khi có đủ Ông Trời và Ông Đất, mà bây giờ chỉ có ông Trời, ở dưới là biển mà, đâu có ông Đất."

Bảy ngơ mặt thất vọng:

"Tao quên.... thôi lên đảo thề lại, vậy là nhóm mình năm thằng, thằng Hùng, thằng Dũng, thằng Sang, thằng Hưng với tao nghe"

Hưng chọc thằng Bảy:

"Mày phải nấu ăn cho bốn thằng tao, mới cho mày vô nhóm."

Giọng Sang run run cảm động góp lời:

"Thôi Hưng, mày đừng chọc thằng Bảy nữa, vậy là năm thằng mình sống chết có nhau nghe, tao có nghề làm tương chao, qua đảo tụi mình làm tương chao bán.Bây giờ mới nghe Hùng lên tiếng:

"Ờ phải đó, qua một trận vượt biên, phần nhiều ai cũng nguyện tới được bờ bình an sẽ ăn chay cầu nguyện, bán tương chao là có lý nhất."

Dũng đưa ý kiến:

"Mình phải phân công tác rõ ràng, thằng Sang làm Giám đốc điều hành kiêm phần liều lượng, thằng Hưng học đến lớp mười hai, học vấn cao nhất trong bọn nó làm về sổ sách chi thu, thằng Bảy, thằng Hùng có sức, thì làm thợ, tao giữ phần bán hàng."

Bàn xong, cả bọn đắc ý cười hớn hở. Để thưởng cho dự định làm ăn lớn của cả bọn, thằng Bảy bỏ ra một gói thuốc Dunhill, năm thằng phì phà thuốc lá, trầm ngâm mơ mộng cho dự tính tương lai của mình.

Phải công nhận Đông Âu là một tài công có sức chịu đựng phi thường, gã cầm lái suốt cả đêm, buổi sáng chỉ chợp mắt ngủ chưa được một tiếng, giờ lại phải lên đường, lại còn phải săn sóc cho vợ và hai con nữa.

Ngọc Lệ, vợ gã, là một người đàn bà có khuôn mặt đẹp mà buồn não nuột, vì nghe nói, hồi trước Đông Âu bồ bịch lung tung, vợ gã héo hon buồn.

Dũng nghe có tiếng ầu ơ nho nhỏ của Ngọc Lệ đang ru con ngủ, thỉnh thoảng có tiếng khóc lè nhè của thằng bé. Phía dưới hầm tàu, Hùng đang xức dầu ,săn sóc cho Liên, đang say sóng nằm mệt nhoài trên tay Hùng.

Tàu lướt chòng chành, trên mặt biển, mọi người cũng đang nghĩ đến những ước mơ thật riêng. Riêng Dũng, đang nhớ đến mẹ và buồn não nuột.

Cả tháng rồi, từ khi nhận được giấy báo đi nghĩa vụ quân sự, ngày nào mẹ cũng khóc, mẹ gom góp từ sợi giây chuyền, chiếc khâu, từ đôi bông tai của mấy chị em trong nhà, kèm theo cả chiếc nhẫn cưới đã dính chặt hai mươi năm trời trên ngón tay của mẹ , vẫn chưa đủ cho chuyến vượt biển, mẹ phải bán thêm cả những món đồ quý giá trong nhà. Khi đã đủ vàng, và đã kiếm được mối cho Dũng đi vượt biên, mẹ lại khóc nhiều hơn, chắc là mẹ nghĩ sẽ không còn gặp lại đứa con mà mẹ đã thấy mỗi ngày, trong mười tám năm trời nữa. Mẹ đông con, mà đứa nào mẹ cũng thương yêu chăm sóc từng chút, kể cả các anh chị đã lập gia đình, gặp sóng gió gì mẹ cũng giang hai cánh tay, và một tình yêu vô bờ ra bảo bọc từng đứa.

Cuộc đời mẹ là cả một chuỗi ngày gian nan, lận đận. Bà lấy chồng rất sớm. Một ngày, chồng đi làm, buổi chiều sao không thấy về, bà ẳm đứa con tám tháng và dắt đứa con hai tuổi trên tay ra đầu đường đón chồng, đến chặp tối vẫn chưa thấy chồng về, mẹ đi ra đi vào lo lắng, chờ đợi. Một ngày, hai ngày, một tháng, hai tháng... trôi qua vẫn không thấy chồng về, mẹ khóc lóc quá nhiều, nước mắt đã cạn, và mẹ phải vùng dậy, một gánh trên vai, một nắng hai sương, đi buôn bán tảo tần nuôi ba đứa con dại, và một bà mẹ chồng đã bắt đầu lẫn trí, từ khi đứa con trai đi biệt không về. Mỗi chiều bà lại lần mò ra tận đầu làng, đón con trai, gặp ai bà cũng hỏi: "Có thấy thằng Thơ con tui không?" Mỗi ngày đi buôn bán về, mẹ còn phải lo cơm nước, tắm rửa cho con, rồi thêm một việc nữa là đi kiếm bà mẹ chồng, dỗ dành, an ủi, săn sóc....

Một năm, hai năm,.... rồi tám năm trôi qua, mẹ vẫn mõi mòn chờ đợi. Một ngày có người trong xóm đi Long Khánh về, cho hay có gặp người chồng làm nghề cạo mủ trên đó, và đã có vợ con. Mẹ lại một phen nữa đau đớn nát lòng, thà được tin chồng chết, buồn đau chắc dễ chịu hơn căm hận, mẹ có lỗi gì cho cam. Hồi xưa mẹ đẹp, mà đảm đang nhất xóm, người con trai đó đã khó khăn lắm mới cưới được mẹ, về làm dâu, mẹ một tay quán xuyến nhà cửa vườn tược, con cái... mẹ chưa hề có một lỗi lầm, sao người chồng lại xử sự như vậy!

Thực tình, người chồng đó, cũng không phải phản bội mẹ, chỉ vì bài bạc rồi sinh ra nợ nần, nợ nhiều quá trả không nổi, phải trốn làng mà đi, nhưng dù sao cũng quá tàn nhẫn với mẹ.

Nuôi con có đủ ăn là khá lắm rồi, nhưng chị em Dũng không được ăn diện xa hoa như người khác. Có lần xin mẹ mấy chục bạc để mời người bạn gái đi coi cải lương. Mẹ đưa tiền cho Dũng, rồi tìm bộ áo quần tươm tất nhất của Dũng, ngồi giặt bên lu nước, đem phơi, đến chiều ngồi ủi áo quần cho Dũng, mẹ vuốt ve từng nếp áo, hiểu là mẹ yêu Dũng vô bờ, mà Dũng đã lớn, mẹ không còn vuốt ve ,như hồi nhỏ, nên lần hẹn hò thứ nhất trong đời đứa con trai, mẹ nâng niu săn sóc từ chiếc áo đã sờn nơi cổ tay và chiếc quần đã hơi ngắn vì Dũng mau lớn quá.

Chiều hôm qua, mẹ tiễn Dũng ra tận Gành Hào, suốt

đời, làm sao quên được hình ảnh đó, trời mưa lất phất, hai mẹ con lặng lẽ đi bên nhau, mà mỗi người, một niềm đau, một nỗi lo lắng khác nhau. Mẹ đau đớn vì sắp xa con, lo lắng vì sợ Dũng bị bắt, sợ sóng gió bão táp, sợ một thân một mình nơi đất khách quê người. Còn Dũng trong đầu óc dại khờ, thì chỉ mong có một sự trục trặc nào đó, để được trở về nhà, ở đó có chị em quây quần bên nhau, và nhất là có mẹ, một sự an toàn tuyệt đối . Nếu được quyết định Dũng đã không đi, nhưng đã nhiễm một thói quen, là được mẹ lo lắng định đoạt mọi sự mất rồi, cho nên mỗi lời nói của mẹ, là một mệnh lệnh, mà Dũng không bao giờ dám cãi lại.

Đến bến xe Gành Hào, mẹ kêu hủ tiếu, rồi bánh trái quà cáp, hết thứ này tới thứ khác cho Dũng ăn, rồi ngồi nhìn Dũng lặng người, mẹ muốn săn sóc con trai lần cuối, hay mẹ sợ qua bên kia, sẽ chẳng bao giờ có hủ tiếu, bún mắm, bánh dừa, bánh chuối.... cho con ăn.

Đến trạm cuối, chỉ một mình Dũng được lên xe đến chỗ hẹn, Dũng nói đến ba, bốn lần, "Con đi nghe má ", mà má vẫn giả vờ không nghe quay đi, cho đến lúc xe chuyển bánh, Dũng bỗng hoảng hốt, đau quặn trong lòng khi nhìn lại dáng má hao gầy, bơ vơ đứng giữa đường lộ, lạc lõng giữa một đám đông huyên náo....

Ghe chạy đến trưa hôm sau, thì tiếng máy yếu dần rồi

tắt ngủm. Có tiếng Đông Âu kêu thằng Bảy:

"Mày xuống dưới hầm máy coi thử, sao nó tắt ngang vậy Bảy?"

Bảy chui xuống hầm máy chừng năm phút, nó quay lên mặt hớt hải:

"Không xong rồi, máy nóng quá trào nhớt ra tràn lan."

Cả ghe nhốn nháo hẳn lên:

"Hư máy rồi hả ông tài công."

"Thôi chết, có ai biết sửa máy không?"

Đông Âu nhảy xuống hầm máy, vài người nhảy xuống phụ sửa, ba tiếng đồng hồ trôi qua, cả đám kéo lên, Đông Âu tuyên bố:

"Máy hư nặng, hết sửa nổi. Bảy thả neo đi, nhanh lên, sóng đánh ngang sườn là lật ghe đó."

Mọi người trên ghe lo sợ điếng người, có tiếng khóc thút thít của vợ Đông Âu và cô giáo Ngọc, Liên ôm choàng lấy Hùng:

"Làm sao bây giờ hả anh?"

"Đông Âu mà chịu thì không còn ai làm gì được, thôi tới đâu hay tới đó, cứ dựa vào người anh mà ngủ đi, chứ biết làm gì bây giờ."

Rồi lại có tiếng Đông Âu:

"Bảy ơi, tiếp tao dựng đỡ cánh buồm."

Bảy có tấm poncho dùng để choàng thân sau mỗi lần thả lưới, giờ nó và Đông Âu hì hục chế biến một hồi cũng thành một cánh buồm sơ sài.

Biển xanh thăm thẳm, gió thổi mạnh, đẩy những con sóng bạc đầu đập vào mạn thuyền từng đợt, chiếc buồm bị gió đánh tạo thành những tiếng kêu phừng phực, mọi người co rúm vì lạnh. Hơi lạnh từ gió biển và con tàu chết máy đã làm nguội dần đi mơ ước ban đầu....

Chiếc ghe lênh đênh được một ngày. Qua hôm sau mọi người mừng rỡ la hét om xòm, vì có một chiếc tàu lớn đang hướng về họ, mọi người tin sẽ được cứu nên ai cũng hớn hở. Tất cả những chiếc áo, chiếc khăn hay bất cứ vật gì màu trắng đều được mọi người đưa lên vẫy, làm hiệu cho tàu lớn đến cứu. Tàu đến gần, mọi người càng hớn hở vui vẻ tươi cười. Làm sao tả hết nỗi vui mừng của một người đã gần tuyệt vọng mà lại có kẻ đến cứu.

Chiếc tàu lớn tiến đến gần, gần hơn, rồi dừng hẳn lại bên chiếc ghe lênh đênh chết máy, mọi người hướng mắt về những người ngoại quốc đang xúm lại ở lan can tàu nhìn họ, chừng một phút chiếc tàu lặng lẽ quay mũi đi thẳng, để lại những đôi mắt ngơ ngác thất vọng trên đám người vượt biên.

Chiếc tàu đã chạy xa, mọi người vẫn còn bàng hoàng nhìn theo, vẫn đeo một chút hy vọng rất mong manh, họ sẽ quay lui vớt, nhưng chiếc tàu cứ tiến xa dần rồi mất hút....

Trời đang trưa, nhưng mây mù vần vũ che kín cả bầu trời, có tiếng Đông Âu:

"Dũng ơi, châm lửa nấu ăn đi, kẻo chút trời mưa, nấu không được. Dũng và Bảy vừa bắc lên nồi cơm thì mưa cũng vừa đổ hột, hai đứa cầm chiếc nón thay nhau che lên nồi cơm cho nước mưa khỏi làm tắt cái bếp dầu, bỗng dưng một đợt sóng lớn đánh mạnh , chiếc ghe nghiêng hẳn, nồi cơm đổ hết xuống sàn, và bếp cũng bị dập tắt ngúm. Trời bắt đầu mưa nặng hột, gió thổi phừng phực, những đợt sóng lớn dần, có tiếng của Đông Âu làm mọi người não nề thêm:

"Máy chết mà gặp bão nữa, chắc nguy to rồi."

Cả đám thanh niên thay phiên nhau tát nước. Rồi trời tối hẳn, mưa, bão sóng vẫn đánh tới tấp vào chiếc ghe nhỏ, Hưng hỏi Dũng:

"Nồi cơm khi chiều mày nấu tới đâu rồi, đứa nào cũng đói meo"

"Mới sôi lên thì sóng đánh đổ mẹ nó rồi."

Có những tiếng thở dài của ai đó. Đến tờ mờ sáng,Dũng

và cả ghe thức giấc, vì tiếng la lớn của cô Ngọc:

"Có chiếc tàu lớn kìa bà con."

Mọi người ngồi nhỏm dậy tỉnh táo, mừng rỡ, trong niềm hy vọng đã có một chút gì dè dặt, không òa vỡ như lần trước nữa, tuy nhiên Đông Âu vẫn hò hét:

"Mấy cái áo cái khăn màu trắng đâu, cột vào cây sào, vẫy, may ra họ thấy và cứu."

Cả đám thanh niên nhao nhao đứng vẫy. Con thuyền tiến đến gần , rồi đổi hướng quay đi, mọi người ngồi bệt xuống sàn thất vọng.

Bây giờ, mới thực sự là đói, mệt, và tuyệt vọng. Đông Âu nói với Dũng:

"Có cách nào nấu nướng ăn không mày, chứ ai cũng đói meo rồi."

Dũng và Bảy, hì hục lau cái lò nấu bằng dầu lửa, nhưng đêm qua sóng gió quá, mọi người quên đậy lại nên giờ nước biển thấm ướt hết, không thể nhóm lửa được nữa, Dũng buồn tênh nói:

"Chịu, lò ướt rồi không nấu được, thôi uống nước cầm hơi, chờ may ra có tàu đến cứu"

"Nước cũng chỉ còn có góc thùng, ai khát lắm mới nhấp một tí thôi nghe."

Hôm qua, mưa bão dầm dề, hôm nay mới có chín giờ sáng mà đã nóng dữ, mọi người cứ đòi uống nước. Dũng và Bảy được giao nhiệm vụ giữ thùng nước, và chia đồng đều cho mọi người, lúc đầu mọi người uống được một hớp trong vài giờ, sau đó thì được uống một nắp chai cho một người.

Đến xế chiều lại có hai chiếc thuyền lớn đi ngang , mọi người lại nhóm lên một tia hy vọng. Dũng nói với Đông Âu:

"Thế nào họ cũng có ống dòm, anh nói chị với hai đứa bé, kêu mấy bà mấy cô lên vẫy, may ra thấy đàn bà con nít họ vớt."

Vợ Đông Âu ẵm đứa con trên tay, vẫy vẫy chiếc khăn trắng cả tiếng đồng hồ, hai chiếc tàu không biết có nhìn thấy chiếc ghe tị nạn không, nhưng đã lướt đi, ra khỏi tầm nhìn của mọi người trên chiếc ghe nhỏ.

Có tiếng khóc lè nhè của hai đứa con Đông Âu.

"Đói lắm, con muốn ăn, uống nước."

Mọi người đã đói meo và khát nước, có người bốc gạo ngấm nước biển bỏ vào nhai, có người múc nước biển lên uống nhưng lại vội vàng nhổ ra, vì nước mặn đắng.

Buổi chiều, họ gặp thêm hai chiếc tàu lớn nữa, họ cũng vẫy gọi nhưng không có tàu nào dừng lại vớt họ cả. Hai đứa con Đông Âu lại vật vã khóc làm cái không khí trên ghe lại càng thê lương hơn, cơn đói và khát của mọi người đã lên tới cùng cực, nắng vẫn gay gắt, mọi người kiệt sức nằm la liệt trên ghe.

Vậy là đã qua đến ngày thứ tư.

Dũng nằm co quắp, nhớ đến mẹ, chắc cả nhà đang trông chờ tin Dũng. Và hơn bao giờ hết, Dũng thèm vô cùng, cái không khí rộn ràng trong bữa cơm chiều ở nhà. Nếu Dũng chết, chắc mẹ sẽ lăn lộn khóc lóc khổ sở lắm, Dũng chảy nước mắt thương mẹ, đến cháy lòng.

Chiếc ghe vẫn trôi lênh như thế thêm một ngày nữa, mọi người đói khát quá nên đã mệt lã, hai đứa con của Đông Âu cũng không còn sức để khóc, chúng nằm mê man trên tay mẹ.

Giữa lúc không còn một tia hy vọng nào nữa, thì bỗng một chiếc tàu đánh cá của Thái Lan lướt đến.

Trong một thoáng, sáu người đàn ông lực lưỡng bước qua ghe của đám người vượt biên. Thằng Bảy đưa tay làm dấu xin nước, một người trên ghe đánh cá Thái Lan đem qua một thùng nước, cả đám xúm lại uống, Hùng lấy một ít nước đem xuống hầm máy cho Liên, cô Ngọc và mấy người ở dưới, cả bọn được uống nước phủ phê, một người ngư phủ Thái chỉ cái đồng hồ nơi tay Dũng, Dũng tưởng nó hỏi mấy giờ, nghĩ rằng, nó không hiểu tiếng Việt, Dũng đưa luôn cả cánh tay ngang mặt cho nó coi giờ, nó nhẹ nhàng lột cái đồng hồ bỏ vào túi, Dũng hơi ngạc nhiên, nhưng không thắc mắc lắm.

Thằng Sang cởi luôn cái đồng hồ nơi tay, đưa cho nó cười cười ra dấu đổi thuốc, tên ngư phủ lấy trong túi ra gói thuốc lá, cả bọn vui vẻ ngồi hút thuốc, một lát ông ta về ghe, xách qua hai xô cá chiên, nó để một xô trên ghe cho tụi Dũng ăn, còn một xô đem xuống dưới, chắc là cho đám người ở dưới, Dũng thoáng thấy hai người ngư phủ lục lọi gì đó trong đống áo quần đồ đạc của gia đình người Sài Gòn, nhưng cũng chẳng quan tâm gì lắm, vì mười tám tuổi, trai lục tỉnh, Dũng vẫn không biết gì về kẻ ác…và đang đói meo, mà được ăn cá chiên, một bữa ăn ngon nhất đời.

Tên thuyền trưởng tàu đánh cá Thái vừa nói vừa ra dấu gì đó với Đông Âu.

"Nó biểu anh Đông Âu qua bên tàu nó nói chuyện"

Thì ra anh Danh hiểu được tiếng Tiều mà tên Thái đang nói. Anh Danh theo Đông Âu qua tàu Thái thương lượng. Nhìn dáng người tiều tụy dơ dáy, tóc tai mặt mũi dính đầy dầu nhớt của Đông Âu và anh Danh đứng bên cạnh tên thuyền trưởng Thái bảnh bao, trắng trẻo, áo quần sạch sẽ tươm tất. Dũng liên tưởng đến câu nhạc Trịnh : một người từ đỉnh cao, một người từ vực sâu....

Tên thuyền trưởng Thái Lan tươi cười chìa gói thuốc ra mời, còn tự tay bật diêm quẹt cho hai người mồi thuốc nữa. Tia lửa lóe lên, và tâm hồn của mười mấy người trên tàu cũng vừa lóe lên một tia hy vọng... về một tương lai sáng lạn ở một bến bờ nào đó rất tự do...

Cả bọn vui mừng hả hê khi Đông Âu thuật lại, là thuyền trưởng Thái đề nghị tất cả mọi người được lên tàu Thái ở, chờ cho xong chuyến đánh cá của họ dự trù thêm bốn ngày nữa, sau đó họ sẽ đưa cả bọn vào đất liền.

Buổi sáng hôm đó là buổi sáng hồi sinh, nắng dịu nhẹ sau cả đêm sóng gió, biển phẳng lặng hiền hòa sau một đêm gầm thét, vài đám rong biển trôi lềnh bềnh. Xa xa có vài cánh Hải Âu. Mặt trời đỏ rực ở góc trời. Một cảnh tượng thật trong sáng an lành, làm hồn Dũng như lâng lâng thoát tục.

Buổi trưa, mọi người được tắm rửa ăn uống no nê, nên trông ai cũng có vẻ thoải mái dễ coi hơn, nhất là mấy cô, Liên tươi cười nhí nhảnh nói chuyện với Hùng Dũng, khuôn mặt trắng trẻo bầu bĩnh càng nổi bật hơn dưới mái tóc tơ mềm vừa mới gội, và sáng rực hẳn ra dưới nắng ấm. Duyên vợ anh Thức, Ngọc Lệ vợ Đông Âu, người nào cũng duyên dáng mặn mà, hèn gì tụi thủy thủ Thái cứ nhìn nhìn hoài.

Trái với vóc dáng nhẹ nhàng của đám con trai tị nạn, đám thủy thủ Thái, người nào cũng vạm vỡ, mặt và người trét đầy phấn trắng bóc, có lẽ là thứ phấn chống nắng và gió biển, cho nên trông có vẻ dữ dằn .

Dũng biết một ít tiếng Triều Châu, muốn xã giao lấy cảm tình, nên đã xề lại phía phòng tài công, tính chuyện trò với tên thuyền trưởng, nhưng hắn lạnh lùng hất hàm hỏi , giọng Triều Châu lờ lợ:

"Muốn cái gì."

"Không! Tôi chỉ đến chơi."

Hắn quay đầu nơi khác tiếp tục hút thuốc. Dũng ngượng ngùng quay gót. Xuyên qua tấm cửa bằng kiếng, Dũng giật thót người, vì vừa nhìn thấy mấy bộ áo quần bà ba, loại áo quần của đàn bà con gái Việt Nam, và rãi rác trên bàn, có vài tấm hình của mấy cô, dù chỉ thoáng nhìn nhưng cũng nhận ngay ra là con gái Việt, có cả thẻ căn cước, giấy tờ ngổn ngang. Một niềm sợ hãi mơ hồ nhưng mãnh liệt làm Dũng run lên bước về phía đám anh em kết nghĩa và kể lại mọi chuyện.

Liên và Ngọc Lệ cũng nghe kể, và tái xanh mặt mày, Hùng lên tiếng:

"Mày biết không, hồi nãy mấy cô ngủ trưa thôi mà còn bị hai thằng đến rờ rẫm, may mà tao không ngủ, nên nhìn thấy nhào tới cản, chứ chậm một chút, không chừng nó bịt miệng ẵm vào phòng máy. Cha, tối nay mới căng à! Kêu hết đàn ông con trai tới đây tính kế hoạch."

Mặt Đông Âu khi thường, ngang ngạnh oai hùng thế mà giờ đây căng thẳng hãi hùng đến đờ người, không thốt được một lời. Hùng lại phải điều động:

"Mỗi người mình phải ráng kiếm một vật gì đó làm khí giới, dấu đi, đụng chuyện là nhào tới đánh liền."

Dũng cũng lên tiếng để trấn an, lên tinh thần mọi người:

"Bọn nó chỉ mười ba tên sợ gì."

"Không biết nó có súng không?

"Có hay không cũng đánh."

"Hiện tại chưa có gì đáng tiếc xảy ra, mình đừng tạo vẻ căng thẳng, làm cho nó nghi thì nguy."

"Tối nay bọn thanh niên ngủ ở ngoài chắn ngay khung cửa, nữ ngủ sâu vào phía trong, từ giờ này lúc nào cũng có một thằng canh chừng mấy cô, còn mấy cô, dứt khoát không ra khỏi cabin nghe."

Chuyện xích mích hồi trưa làm không khí giữa chủ và khách ngột ngạt hơn.

Tên thuyền trưởng đến gặp anh Danh, nó nói xin lỗi

về chuyện hồi trưa, và nhờ cả bọn giúp tụi nó đánh cá cho đầy hầm chứa rồi sẽ vào bờ sớm.

Buổi tối, cả bọn dự mẻ lưới đầu tiên....

Lối đánh cá của Thái thật là tân tiến, họ trang bị đủ máy móc, có cả cần trục kéo lưới, máy kéo phao, máy dò cá...

Trời vừa sụp tối, họ thả hai chiếc xuồng con xuống biển, và mang theo mấy chục cây đèn măng-sông, được đặt trên những tấm phao lớn, những cây đèn sáng rực trôi lềnh bềnh trên mặt biển, tạo thành một vùng ánh sáng giữa mặt biển đen ngòm.

Sau khi thả lưới, chờ chừng ba tiếng đồng hồ, cho cá bơi vào vùng ánh sáng, xong họ thả lưới có viền chì nặng bao quanh, sau đó dùng máy thắt đáy lưới lại, và tất cả những con cá trong vùng ánh sáng đều nằm gọn vào mẽ lưới, rồi họ dùng cần trục kéo lưới lên, mẻ lưới đây ắp cá, thấy mà mê.

Cả đám con trai ngồi lựa cá ra từng loại . Hùng và Dũng thì giúp giũ lưới để sửa soạn cho mẻ lưới thứ hai dự trù thả vào lúc bốn giờ sáng.

Trong khoảng thời gian còn lại cả bọn được nghỉ ngơi, ngồi hút thuốc, tán dóc. Câu chuyện chỉ vây quanh vấn đề làm sao để bảo vệ các cô.

Phía bên kia, bọn thủy thủ Thái cũng xúm lại thì thào bàn tán. Gió đêm lành lạnh, nhưng Dũng cảm thấy có một cái gì đó lạnh hơn, buốt tận cuối hồn.

Rồi chuyện cũng đến.

Tụi Thái đã hết kiên nhẫn, chúng hung hãn cuồng loạn, đạp lên người bọn con trai ùa vào cabin, để bắt mấy người nữ, cả bọn con trai tị nạn bật dậy , và chống trả mãnh liệt. Hùng Dũng và cả bọn dùng cây cào cá , đánh lên người từng tên, tiếng khóc thét của trẻ con và mấy cô, tiếng nện bình bịch, tiếng chưởi thề bằng tiếng Thái, tiếng Việt, tiếng la hét vang dội cả con tàu, tạo thành một âm thanh rùng rợn hãi hùng....

Trận chiến xảy ra chớp nhoáng, và bọn thủy thủ Thái thất thế đã rút lui vội vàng. Chúng không ngờ bọn con trai Việt chống trả mãnh liệt đến thế. Có lẽ họ đã có kinh nghiệm bắt nạt những ghe tàu vượt biên trước, và những lần đó họ thành công dễ dàng, lần này họ cũng không cần chuẩn bị cho sự phản công của đối phương nên mới bị những cú đấm tả tơi vào người, khiến họ vừa ngơ ngác ngạc nhiên, vừa căm tức đám con trai Việt.

Sự rạn nứt giữa hai bên lần này, thực sự là trầm trọng rồi. Bọn thủy thủ rút vào một đầu tàu ngồi chưởi rủa và bàn tán, phía bên kia đầu tàu đám tị nạn ngồi lặng lẽ âu sầu, có tiếng khóc thút thít của cô Ngọc và Liên. Hùng lại lên tiếng:

"Anh Danh ráng nghe thử tụi nó nói gì."

"Chúng nói bằng tiếng Thái chứ không phải tiếng Tiều, tao chịu."

"Giờ phải làm sao?"

"Hay là anh Danh qua năn nỉ thằng thuyền trưởng chở vào bờ."

"Bây giờ thì quá rõ rồi, nó cứu tụi mình để vét của, và hiếp dâm các cô, chứ đâu phải vì lòng tốt."

"Hay là mình cướp tàu."

"Không được đâu, tụi nó đã đề phòng rồi, với lại, tụi nó biết rõ đường đi nước bước trên tàu, mình lại chẳng có khí giới."

Anh Danh đứng vụt dậy:

"Thôi để tao qua năn nỉ thằng thuyền trưởng coi sao, chứ hết cách rồi. Đông Âu đi với tui chứ."

"Ừ, đi."

Hai người bước vào phòng của tên thuyền trưởng, mọi người hồi hộp chờ đợi.

Lát sau, anh Danh và Đông Âu trở về mang theo cái tin không biết nên vui hay buồn, là tụi nó chịu vào đất liền, nhưng trước khi vào phải đánh thêm hai mẻ cá nữa.

Hai mẻ cá là phải qua thêm một đêm. Suốt đêm đó không ai ngủ nổi, họ đang ở giữa bờ vực giữa cái sống và cái chết, mấy chục mạng người đang treo trên một sợi dây rất mong manh, mang tên là lương tri, nếu còn một chút tình người họ sẽ để cho sống, và nếu tình người đã cạn họ sẽ cho chết thê thảm.

Sáng hôm sau mọi người lại hồi hộp chờ đợi, không khí thật căng thẳng, bọn Thái chẳng nói năng gì tới đám tị nạn , cơm nước cũng không có.

Đến lúc trời vừa sập tối, thì người tài công ngoắc anh Danh vào cabin và nói:

"Thôi tụi tao không đánh cá nữa, chuẩn bị vào bờ, nhưng trước khi vào tụi bây chùi sạch boong tàu giùm, được chứ. Tao cần khoảng mười thằng, bàn chải và xà phòng đó, làm đi"

Tên tài công nói xong , rút vào phòng lái. Đám con trai hì hục chà xát boong tàu cho thật sạch với hy vọng làm hài lòng tụi nó, may ra sẽ được đối xử tốt hơn.

Bảy giờ tối ngày 25 tháng 9 năm 1979.

Mây đen bao phủ bầu trời vịnh Thái Lan. Và tai ương đã thực sự sụp xuống kinh hoàng trên đám người tị nạn.

Mười mấy đứa con trai chùi boong tàu bị đạp xuống biển từng người, từng người, mà những người còn lại vẫn không hay biết.

Vừa chùi boong tàu Dũng vừa liếc chừng về phía phòng máy, sợ tụi nó bắn ra, nên không để ý đến anh em chung quanh, đến khi quay qua nhìn thì chỉ còn thấy có sáu người. Nó quay qua hỏi Bảy.

"Thằng Sang, thằng Tuấn đâu."

"Mới đây mà, chắc tụi nó vào trong nghỉ tay, mày vào coi sao."

Dũng men theo hông tàu lần mò bước, tay cầm chắc khung sắt ở boong tàu vừa bước, vì tốc độ tàu chạy rất nhanh nên chòng chành mạnh, mà hông tàu lại tối đen, bỗng Dũng thấy thân mình bị một tên thủy thủ ôm ngang, rồi tên nữa gỡ tay ra khỏi khung sắt Dũng đang nắm, vừa vùng vẫy vừa la hét và cố bám tay vào khung sắt , nhưng tay cứ lỏng dần vì sức mạnh của hai thằng thủy thủ. Khi Dũng điếng hồn hét lên "Chúa ôi cứu con..." là lúc, thân cũng vừa bị ném xuống biển, vừa chạm vào mặt biển, thì con tàu cũng lượn vòng vòng, để tông cho chết. Nhưng Dũng như cái phao nổi trên mặt biển và bơi ngay. Vì là dân miền nước, nên rất sành bơi lội. Dũng khóc lên nức nở, sự sợ hãi quá độ, lúc này đã làm tê liệt thần kinh, chỉ còn biết là mình sắp chết, nên vừa bơi quanh quẩn vừa khóc, nghĩ đến mẹ, đến chị đến em, Và trong cơn khốn cùng đó, Dũng bắt đầu cầu nguyện Chúa, lần đầu cầu nguyện. Bỗng có tiếng la lớn:

"Dũng ơi mày đó hả."

"Hùng! Mày cũng bị đạp xuống hả!"

"Ráng lội tới đây, có anh Trung, thằng Hưng, anh Thức, thằng Sang nữa ."

Dũng bơi tới đám anh em, và cảm thấy bình tĩnh hơn một chút, vì ít ra còn bạn bè chung quanh và đồng cảnh ngộ.

"Nó đạp mày hồi nào vậy hả Hùng."

"Tao bị tụi nó lừa, đang chà phía ngoài thì nó biểu tao chà xích vô trong một tí, rồi từ từ nó biểu vào tới trong bóng tối. Vừa vào tới chỗ tối là nó bồng ẳm tao ném xuống biển liền."

Anh Danh và Đông Âu chắc bị trước hết, vì tao thấy nó gọi hai người vào phòng máy từ đầu nhưng không thấy ra, tao tưởng là nó sai hai ảnh làm gì ở trong."

Tội nghiệp thằng Tuấn Sài Gòn, tao đang giằng co với tên mọi Thái thì thấy nó dẫn xác vào, nó lại không biết bơi, chắc chết rồi. Hồi đó tao la quá chừng mà sao tụi mày không hay biết."

"Có nghe gì đâu, bây giờ mới biết, chúng cho máy nổ hết ga, để át tiếng la hét, lại bỏ thêm đèn phía ngoài boong sáng trưng mà ở trong lại tối om để dễ hành động."

"Đám người Sài Gòn chắc chết hết rồi, còn mấy người nữ, có ai thấy họ không."

"Không thấy, nhưng chắc nó còn để lại trên tàu."

Bỗng anh Thức khóc nức lên, Duyên, vợ mới cưới của anh, không biết giờ ra sao, sau sáu năm gian truân hai người mới cưới nhau chưa đầy một tháng.

Rồi anh bỗng ngừng khóc và nói:

"Mấy em có thấy vệt sáng đằng xa đó không, chắc là đèn măng sông để dụ cá của một tàu đánh cá nào đó, thôi mình ráng bơi về phía đó, may ra được cứu, ai đến trước được thì nhờ họ quay lui vớt cả bọn."

"Xa quá, sợ bơi chưa đến nơi thì đã đuối sức."

"Mà ở đây thì cũng chết vậy. Thôi ráng bơi, bốn người cố gắng bơi gần nhau nghe."

Bốn người con trai lặng lẽ bơi trong đêm tối mịt mùng, dù mệt đuối họ cố gắng bơi đến vệt sáng mờ mờ phía trước. Dũng lại vừa bơi vừa cầu nguyện Chúa.... Thỉnh thoảng có tiếng thằng Bảy.

"Dũng ơi, lội gần tao tí nữa đi"

"Anh Thức, anh Danh, nghe em gọi không."

"Ừ, anh đây"

Chừng một tiếng đồng hồ sau, lên tiếng gọi nhưng không còn ai trả lời nữa. Dũng hoảng hốt gọi to hơn, nhưng chỉ nghe tiếng gió rít trên mặt biển, có lẽ sóng đã dạt mỗi người ra xa nhau.

Bây giờ Dũng mới cảm thấy cô quạnh, sợ hãi, tuyệt vọng. Biển đen ngòm, bao la mịt mùng, thân nó trơ trọi một mình.

Dũng lại khóc nức lên, rồi nghĩ đến mẹ, và vì bản năng sinh tồn, Dũng lại lấy hết sức để bơi về vệt sáng đằng xa.

Một tiếng, hai tiếng, ba tiếng, rồi mười tiếng đồng hồ trôi qua... mệt lã, đôi tay như không còn sức nữa, nghĩ là giờ chết đến rồi, lại nghĩ đến mẹ, và khóc. Có một lúc Dũng chập chờn nhận ra là mình như ngủ mê đi, đôi tay xuôi xuống ngừng bơi, thân thể chìm dần xuống, sự ngột thở làm Dũng vùng lên, sự thèm sống làm thêm sức lực, lại vươn từng sải tay ra bơi về vệt sáng cũng còn cách không bao xa, và cuối cùng cũng đến đích. Dũng la lên bằng tiếng Tiều:

"Cứu tôi với, cứu tôi với."

Rán hết chút sức còn lại, vừa bơi vừa la tiếp. Một người dọi đèn pha về phía Dũng, rồi thả canô nhỏ chạy đến vớt lên. Vừa lên tới canô là Dũng ngất đi không còn biết gì nữa.

Chừng một giờ sau, Dũng tỉnh dậy, ý thức được là mình đã thoát nạn và đang nằm trong một đống chăn mền ấm áp, Dũng mừng đến rơi nước mắt. Nhưng quay lại nhìn quanh, biết đây là một thuyền đánh cá Thái, Dũng lại hoảng sợ, nghĩ đến một đoạn đường gian truân nữa đang chờ... Dũng lại cầu nguyện Chúa...

Bỗng có tiếng la yếu ớt.

Dũng vùng dậy, vừa lúc đám thủy thủ cũng vừa pha đèn về phía có tiếng la, rồi nói lao xao với nhau:

"Khuôn Duôn Khuôn Duôn" tức là người Việt.

Dũng nhào tới, van xin bằng tiếng Tiều

"Làm ơn, làm ơn, cứu bạn tao...."

Bọn thủy thủ thả ca nô nhỏ xuống vớt lên. Thì ra thằng Hùng. Vừa lên tới tàu thằng Hùng cũng ngất đi, hoảng hồn tưởng nó chết, nên khóc to:

"Hùng ơi! Hùng ơi! Mày đừng chết."

Nó cuộn chăn cho Hùng, nhưng có một tên hất chăn ra, và lục lạo trong túi quần Hùng, chắc chúng kiếm vàng. Dũng lại quay qua năn nỉ tụi thủy thủ đi cứu thằng Bảy với anh Thức bằng tiếng Tiều, nhưng tụi nó không ai biết tiếng Tiều, đành chịu.

Lát sau Hùng tỉnh dậy, Dũng mừng rỡ ôm bạn. Nhưng Hùng hỏi ngay:

"Mày đã nhờ tụi nó cứu thằng Bảy và anh Thức chưa."

"Rồi, nhưng tụi nó không ai hiểu tiếng Tiều."

Hùng nói tiếng Anh bập bẹ với một tên sạch sẽ nhất ra dáng thuyền trưởng, nhờ đi cứu bạn nhưng tụi nó lắc đầu. Hai đứa buồn tênh, thương cho anh Thức và thằng Bảy, biết đâu hai người bơi tới đây rồi mà chết mới ức chứ.

Tàu vừa cứu Dũng và Hùng là một tàu đánh cá lớn gấp ba lần tàu kia, có đến ba tầng, rất nhiều thủy thủ.

Buổi trưa họ đem cơm và thức ăn đến cho hai đứa, rồi nói tiếng Anh với Hùng:

"Tối nay hai đứa mày phải làm việc."

Hùng nói với Dũng.

"Tụi thủy thủ Thái không đứa nào tốt đâu, nó vớt mình thì phải có lợi cho nó, nếu không nó giết. Mạng mình thua mạng con cá. Cho nên mày với tao phải làm việc cật lực để tụi nó thấy lợi mà không giết, rồi từ từ mình tính sau."

"Hay là mày hỏi thằng mập thử bao giờ họ cho mình vào bờ."

"Để từ từ đã."

Buổi tối đầu tiên trên chiếc tàu mới, sau khi đã thả đèn chờ cá tới, hai đứa kiếm một góc khuất ngồi co rúm chuyện trò, trong khi đám thủy thủ xúm nhau bên một thau nước sôi để chích cần sa, tên mập có vẻ như chuyên nghiệp, nó ngâm kim, pha thuốc chích cho từng người.

Sau khi chích, đứa nằm đứa ngồi lờ đờ, đôi mắt đục ngầu như mắt cá ươn, không khác gì đám thủy thủ trước, làm Dũng nổi da gà sợ hãi, những người sống thác loạn ít khi có nhân tính. Dũng nói với Hùng:

"Hay kiếm góc nào trốn đi mày, lỡ nó say thuốc nó nổi khùng, đá mình xuống biển thì chết."

"Sợ đến giờ kéo lưới mà mình không có mặt cũng chết."

"Tên mập nói khi nào chuông reo thì làm mà."

Đến giờ kéo lưới, hai đứa hì hục kéo một đầu phao, nặng đến trẹo xương mà phải ráng, rồi lựa cá, rồi rủ lưới, dọn dẹp, xăng xái làm việc để tụi Thái khỏi ghét. Hết mẻ lưới lại phải kiếm một góc khuất, ngồi tránh tụi nó.

Ban ngày mọi người nghỉ ngơi, thì hai đứa phải giã ớt, nấu cơm. Người Thái ăn cay khủng khiếp, mỗi bữa cơm phải giã cả cối ớt để kho cá.

Đến giờ ngủ, phải kiếm một góc nào đó kín đáo để ngủ, và phải đổi chỗ ngủ luôn, khi thì dưới hầm cá lạnh ngắt, khi thì tuốt trên tầng ba vắng vẻ, khi thì phải ngủ trong những thùng gỗ, như những cái hòm, nói chung lại, ngoài giờ ngủ, làm việc,phải luôn luôn tránh tụi Thái, chỉ sợ trong hai mươi mấy thằng, chỉ có một thằng thấy gai mắt, là có thể ném xuống biển mà không một ai thèm thắc mắc.

Hầm đựng cá càng đầy, thì nỗi lo của hai đứa càng lớn.

Dũng nói:

"Tao sợ đầy cá rồi nó giết mình trước khi vào bờ mày ạ."

Hùng lặng thinh làm nó lo lắng hơn. Tuy nhiên đến ngày thứ tư, cá đầy hầm chứa, tàu vào bờ, Dũng và Hùng vẫn chưa bị gì.

Vào đến bờ, tụi thủy thủ ùa lên bờ ăn uống, rong chơi, để tên mập và một tên nữa ở lại canh Dũng và Hùng, tên mập lại xề tới nói chuyện với Hùng, tên này tương đối dễ chịu, nó nói tiếng Anh được chút chút, và rất thích nói, nó kể , tụi nó được trả lương rẻ mạt, tuy nhiên được có cần sa để hút, và lại không sợ bị bắt, hút, chích công khai, đôi khi gặp tàu vượt biên lại kiếm được vàng nữa. Đến chiều, đám thủy thủ lại trở về tàu, và ra khơi tiếp. Dũng và Hùng lại quần quật làm việc, hết giờ làm lại phải đi tránh.

Đến chuyến thứ tư , tức là đã gần một tháng, Dũng và Hùng làm việc trên tàu, thì tên thuyền trưởng bệnh, phải vào bờ chữa bệnh và đổi tên thuyền trưởng khác. Tên này biết tiếng Triều Châu, Dũng và Hùng cứ theo nó, nịnh bợ, đấm lưng mỗi khi rảnh rỗi. Dũng gạ chuyện:

"Tao thích được ở đây hoài, được ăn no, được hút thuốc smít, cần sa, thoải mái."

"Tao tưởng mày thích vào trại tị nạn chứ."

"Vào làm gì, trong đó cơm không đủ ăn không có thuốc hút."

Tên thuyền trưởng có vẻ tin tưởng hai đứa, cho nên đến lần vào bờ, Dũng và Hùng xin nó vào mua đồ, với dụng ý trốn luôn, nó đồng ý, hai đứa mừng rỡ, nhưng vừa bước tới đầu tàu thì bị gọi giật lại:

"Mà này, một thằng đi thôi, một thằng ở lại đấm lưng cho tao."

Dũng thất vọng não nề như vừa rớt một tảng vàng xuống biển, biểu Hùng đi, nó ở lại, hai đứa chia tay, không dám nói một lời trước mặt tên thuyền trưởng, nhưng bốn mắt găm sâu vào nhau, như nói vạn lời.

Dũng thẫn thờ ngồi xuống đấm lưng cho nó, và suy nghĩ miên man, "thằng Hùng vào bờ, thế nào nó cũng trốn, mà trốn, họ sợ khai với cảnh sát lung tung, liên lụy đến thuyền trưởng, thì thế nào nó cũng giết Dũng để khỏi lôi thôi". Nghĩ đến đó, Dũng sợ đến toát mồ hôi. Từng giờ, từng giờ trôi qua, bóng dáng Hùng vẫn biệt tăm, Dũng lo sợ vô kể, nhưng đến xế chiều, Hùng trở lại. Dũng òa khóc:

"Tao tưởng mày trốn rồi."

"Tao cũng tính trốn mấy lần, nhưng sợ nó giết mày, tao thấy xe cảnh sát Thái bên kia đường, tính chạy qua, thế nào nó cũng cứu, nhưng biết chắc là tụi thủy thủ sẽ giết mày ngay để phi tang, cho nên tao trở lại."

Dũng và Hùng ngồi lặng lẽ bên nhau. Dũng cảm động vô ngần. Hùng và gia đình nó đã phấn đấu cam go, biết bao gian khổ để cho Hùng vượt biên tìm tự do. Rồi biết bao gian truân khổ ải, Hùng mới đặt chân lên được đất Thái là đất tự do, nhưng Hùng từ khước tự do một mình, để lại sự nguy hiểm cho bạn, là Dũng. Trên cõi đời này có mấy tình bạn như thế.

Rồi Hùng lại lên tiếng, nó luôn luôn là người lanh trí và tháo vát hơn Dũng:

Có lẽ mai hay mốt thôi, là tên thuyền trưởng cũ trở lại đổi tên này, tên này đang tin mình, phải tìm cách trốn ngay nếu không là hết cơ hội.

"Trốn cách nào."

"Mày ráng nghĩ coi"

"Tụi thủy thủ chưa lên tàu, tên thuyền trưởng cũng đi đâu rồi, chỉ còn hai thằng canh mình thôi, hay giết nó."

"Giết người à, mày dám không, hơn nữa làm sao giết mà nó không la kêu, mà ở đây tàu đậu san sát nhau."

Hai đứa bàn tán mãi, cố tìm một cách để trốn, vì nếu không trốn ngay sợ hết cơ hội. Một lát sau tên canh chừng hai đứa say thuốc, lăn ra nằm, nhưng cứ luôn miệng gọi chừng để biết là hai thằng vẫn quanh quẩn đó.

Dũng nghĩ ra một kế và nói với Hùng

"Hay là tao bày nồi ra nấu cơm, tao sẽ làm bộ cạo nồi cơm nguội rào rào bên cạnh nó, mày làm bộ đi tắm , rồi thả người cho rơi xuống biển, tao tiếp tục cạo nồi để nó biết còn mình ở đó, và sẽ át tiếng rơi của mày, chừng ba phút thì mày đã tới bờ rồi, tao sẽ làm tỉnh nhảy qua từng ghe của tụi bên cạnh, và lên bờ, vì tao đen như thủy thủ thật, lại đang mang cái xà rông, chắc đồng bọn tàu khác, tưởng tao là thủy thủ Thái."

Hùng chồm lên:

"Ừ, kế hay đó."

"Nhưng tới bờ làm sao để gặp nhau."

"Trên bờ là quán hàng và nhà dân cư không à, mày nhảy qua chừng mười mấy ghe thì nhảy lên bờ, sẽ gặp cái nhà hàng rồi cứ theo cái hẻm phía sau mà đi, cứ một cái quẹo trái thì một cái quẹo phải, ba lần như thế thì gặp tao, tao sẽ chờ ở đó."

"Khi nào bắt đầu."

"Chừng mười lăm phút nữa, cho nó thật say thuốc, rồi mình bắt đầu"

Hai tên thủy thủ hình như chích cần sa quá độ, nên nằm dật dờ, nhưng cứ luôn miệng gọi chừng: "Lòi, Tói" (tên chúng đặt cho Hùng và Dũng). Và mỗi lần nghe gọi hai đứa phải trả lời thật lớn "Cập" (dạ).

Lát sau Dũng bày nồi ra cạo cơm nguội vừa nói chuyện rang rảng một mình, vì Hùng đã theo kế hoạch làm bộ đi tắm, và cho rơi người xuống biển rồi, nhắm chừng Hùng đã tới bờ, Dũng làm tỉnh, nhảy qua ghe bên cạnh, rồi nhảy qua từng ghe, được vài ghe thì một tên thủy thủ vạm vỡ ghe khác gọi giật nó lại, tái mặt điếng hồn, nhưng tên thủy thủ kia chỉ gọi để xin mồi thuốc thôi, hú hồn, và tiếp tục nhảy qua từng ghe nhỏ, để lên bờ, lần mò trong ngỏ hẻm tối thui, quẹo trái rồi phải, trái, phải, trái, phải... Cuối cùng thì gặp thằng Hùng ướt mèm, lù lù đứng ở đó chờ nó. Hùng nói ngay:

"Đi thật nhanh, chắc nó khám phá ra mình trốn rồi, cứ lủi trong hẻm mà đi."

Hai đứa hồi hộp cúi đầu rảo bước, chừng một tiếng sau mới dừng lại bàn tán:

"Bây giờ gặp Thái là nhất định không nhờ cứu nghe. Không tin được đâu."

"Ở đây Chùa nhiều quá, người tu hành, chắc không hại mình, hay là vào Chùa xin cứu."

"Không, nhất định phải kiếm nhà thờ tin lành, mới vào

xin cứu, vì tin lành, Thái rất ít, phần nhiều là Tây phương. Tây phương mới tin được."

Hai giờ sau, Hùng và Dũng mới gặp được một nhà thờ tin lành nhỏ. Hai đứa vào, gặp mục sư người Thái, Dũng ngần ngại, nhưng Hùng nói:

"Thôi, liều nói với họ cứu đi, mục sư chắc không hại người đâu. "

Hùng ráng nói tiếng Anh giải thích. Mục sư Thái hứa:

"Yên tâm ngủ đi, ngày mai sẽ chở vào trại tị nạn."

Sáng hôm sau, mục sư chở hai đứa đi, ông nói:

"Vào trình cảnh sát trước đã, rồi vào trại tị nạn sau."

Hai đứa cũng yên tâm theo ông.

Đến sở cảnh sát Thái, sau khi ông mục sư trình bày, họ biểu ông về , để lấy khẩu cung hai đứa , rồi họ sẽ chở vào trại tị nạn sau.

Suốt một ngày dài, hai đứa bị thẩm vấn năm lần, bởi năm người cảnh sát khác nhau. Hùng kể lại sự việc bằng tiếng Anh bập bẹ, tuy nhiên, Hùng giấu nhẹm chuyện thủy thủ vất xuống biển, vì Hùng nghĩ là cảnh sát Thái không muốn đối diện với chuyện Hải Tặc, cướp của hiếp người của bọn thủy thủ Thái nên chỉ nói là ghe bị chìm, rồi ghe sau cứu, nhưng họ không cho vào bờ, nên trốn.

Lời khai của Hùng không có gì chứng minh, vả lại dạo đó Thái Lan và Cộng Sản Việt Nam có chuyện lộn xộn, nên họ nghi Hùng và Dũng trà trộn vào đất Thái để nằm vùng.

Cuối cùng Hùng và Dũng bị ở tù chung với bọn trộm cướp giết người, đĩ điếm Thái Lan. Ở tù không có bản án, vô thời hạn.

Ngày đầu tiên trong tù Thái Lan.

Hùng và Dũng đã bị bốn thằng tù "thâm niên" Thái đánh cho một trận đòn dằn mặt nhừ tử. Hai đứa la hét lăn lộn trên vũng máu. Bỗng có hai thanh niên Việt Nam nhào tới năn nỉ bọn tù Thái, bọn nó vẫn đấm đá, rồi hai anh quỳ xuống ôm chân bọn Thái nói năng gì đó, bọn Thái ngưng đánh ngay.

Hai người thanh niên xức dầu săn sóc cho Hùng và Dũng, và xin cấp trên được chung phòng, hai anh tên là Phúc và Hòa, lớn hơn Hùng và Dũng vài tuổi, quê ở Nam Định , là bộ đội, và sau 75 hết đánh nhau, họ được bổ sung vào phòng Hải Sản.

Rồi bị một toán thanh niên cướp tàu, vượt biên. Vừa đến trại tị nạn Songkha, đám thanh niên Việt Nam chỉ vào hai anh mà hô hoán lên "Việt Cộng", liền bị mấy chục người tị nạn nhào tới đấm đá, lăn từ lô một đến lô tám của trại, mà họ vẫn không tha. Có một mục sư người Mỹ, thấy hai anh quá thê thảm, ông nhào tới ôm hai anh để đám đông thôi đánh, nhưng họ đá luôn cả mục sư lăn theo hai anh. Cuối cùng cảnh sát Thái đến chở vào trại tù với một thân hình bầm dập.

Hai anh là người Việt, nên được đi ra ngoài đổ rác cho từng phòng, vì giao cho tụi tù Thái, họ sợ trốn, nên hai anh thường được tụi tù Thái nhờ mua đồ đạc, thuốc phiện , cần sa vào, nên cũng được tù Thái ưu đãi phần nào. Ở lâu rồi cũng biết được chút ít tiếng Thái, do đó đã năn nỉ được tù Thái ngừng đánh Hùng và Dũng lúc mới vào trại, tuy nhiên phần cơm của hai đứa, họ dành ăn hết, làm hai anh bạn phải chia bớt phần cơm của họ cho Hùng và Dũng.

Ngoài Phúc và Hòa, còn có hai anh Việt Nam nữa, cũng có hoàn cảnh gần giống Hùng và Dũng là bị đắm thuyền, hai anh bơi đến một tàu đánh cá Thái xin cứu, và cũng bị làm nô lệ trên tàu hết hai tháng, cuối cùng trốn được, lại cũng bị vào tù Thái Lan, hai anh này tên là Nghĩa và Phát.

Sáu thanh niên Việt Nam bị tụi tù Thái sai bảo làm việc rất vất vả, nhưng so với những người điên trong tù thì họ cũng đỡ nhục nhã hơn.

Trong tù Thái rất nhiều người điên, vì người Thái rất

tin dị đoan, trong nhà có người điên, gia đình tin rằng người điên là vì bị ma ám, nên gởi vào để ma sợ nhà tù sẽ thoát ra khỏi người điên. Và những người điên này rất khốn khổ, đàn bà, con gái thì bị chủ ngục và đồng đãng hãm hiếp, đàn ông thì họ dùng để làm trò chơi rất man rợ, như họ bắt đánh nhau, hay đập đầu vào tường cho tóe máu để bọn tù coi chơi. Hằng ngày, cả bọ cứ phải nghe những tiếng la hét khóc lóc của những người điên.

Trại tù này cũng rất gần hải cảng, tàu đánh cá Thái thường ghé vào bán cá, mua dầu nhớt, thức ăn. Nên có những đêm khuya vắng lặng Dũng nghe một tiếng rú văng vẳng từ xa bằng tiếng Việt "cứu tôi với". Tiếng rú kinh hoàng chứ không phải tiếng kêu bình thường. Hùng nói.

"Rồi, một thằng nào đó, bị bắt làm nô lệ cho tụi thủy thủ, vừa trốn và bị giết."

Sáu người thức giấc ngồi lặng lẽ hút thuốc mà buồn não nề.

Có đêm đám tù Thái nhốn nháo hẳn lên "Cà lì, Cà lì," có nghĩa là gái điếm. Gái điếm không có giấy hành nghề, cũng thường bị bắt vào tù, và những lúc đó những người tù Thái rất thích, vì được nhìn thấy đàn bà, mà lại là đàn bà lẳng lơ. Bốn anh em Việt Nam cũng ghé mắt ra nhìn, bốn cô gái đi xiêu vẹo nghiêng ngữa, mặt cô nào cũng đẹp như ngọc, và kìa có một cô mang áo bà ba,Dũng buột miệng hỏi:

"Mấy chị Viêt Nam hả."

Các cô òa khóc :

"Mấy anh cứu tụi em với, tụi em bị một đám thủy thủ hiếp dâm cả hai tuần trên tàu, vừa trốn được lại bị đưa vào đây, lại bị đám tù Thái đòi hiếp dâm nữa..."

Bốn anh em vây quanh để bảo vệ các cô, nên bị tụi tù nhào vào đánh, anh Hòa nói lớn:

"Chúng mày hiếp dâm các cô, tao sẽ không mua cần sa dùm nữa. "

Đám tù Thái hậm hực rút lui.

Ngày lại ngày trôi qua trong trại tù chật hẹp dơ dáy, với một tâm tư ủ ê vô vọng.

Dũng cứ níu lấy chấn song, nhìn ra ngoài mà ao ước mình được làm người phu dọn vệ sinh đang làm việc ngoài kia. Dũng nhớ mẹ vô vàn, đã ba tháng xa nhà, một tháng làm nô lệ trên biển, hai tháng trong tù, nếu mẹ biết Dũng khổ thế này, hẳn mẹ sẽ khóc đến mù mắt.

Một lần nữa, lại có hai anh Việt Nam bị bắt vào tù, và

lại ở chung phòng với bốn người. Hai anh này đang ở trại tị nạn Songkha, và bị bắt vì tội đi chơi đĩ ở ngoài.

Suốt bốn ngày, bốn người ngồi nghe hai anh kia kể chuyện về trại tị nạn, nghe hoài không chán, nghe mà bắt thèm, rồi hai anh nhắc về một ông trại trưởng tị nạn có tên Lâm Quang Chính, giật thót người, chú của Dũng cũng có tên Lâm Quang Chính, nghe đâu đã vượt biên, không biết có phải là ông làm trại trưởng Songkha đó không.

Tuy nhiên dù nghi ngờ thôi, Dũng cũng viết vội lá thư nhờ mấy anh nếu được thả chuyển dùm.

Qua ngày thứ năm hai thanh niên được thả. Và chỉ hai hôm sau chú của Dũng vào tận trại tù, lãnh Dũng ra. Dũng nói với chú:

"Thằng Hùng với con sống chết bên nhau, giờ chú thương bảo lãnh con, thì bảo lãnh luôn bạn con, chứ con không thể để nó một mình."

Ông chú ngần ngại, Dũng tha thiết năn nỉ. Cuối cùng, ông chú bảo lãnh cả hai.

Rồi hai đứa được ông chú chở vào trại tị nạn Songkha Thái Lan ngày 24 tháng 12 năm 79.

Sau một cuộc hành trình quá nhiều gian truân, đau khổ, cay đắng. Hùng, Dũng, hai kẻ sống sót được vào trại tị nạn ngay ngày lễ Giáng Sinh. Trong trại, người ta đang xôn xao đón Chúa Giáng Sinh, tuy không rầm rộ nhưng rất cảm động. Dũng bâng khuâng suy nghĩ "Có phải vì con đã van xin, nên Chúa đã cứu con, và được bước vào trại tị nạn này ngay ngày vui mừng của nhân loại, có phải đó là món quà lớn Chúa đã tặng con".

Từ đó trên loa của trại tị nạn, thỉnh thoảng vang lên "ghe không số hai người, chúng tôi cần gặp ghe không số hai người". Mỗi ghe nhập trại đều có mang một con số, nhưng Dũng và Hùng nhập trại mà không có ghe, nhập trại tị nạn từ trại tù nên được gọi là ghe không số.

Một ngày mùa thu, trên con đường Mc Lauglins San Jose Cali, Dũng lái xe chầm chậm, vì không có gì gấp để vội vã, và vì hoa vàng nở phủ cả ngọn đồi bát ngát, một bên đường, trời mùa thu nắng dìu dịu, gió thoảng rất nhẹ làm cả đồi hoa rung rinh lay động. Khung cảnh quá thơ mộng, Đường lại rất vắng xe, vì là giờ làm việc. Dũng đang thả hồn theo từng cánh hoa rung rinh. Bỗng giật mình, đạp mạnh chân thắng, chiếc xe mất trớn quay ngang giữa đường, ai bên kia đường ngược chiều giống như thằng Hùng. Vừa lúc đó, cũng nghe một tiếng bánh xe rít trên mặt đường, và thằng Hùng quay đầu lui nhìn nó. Hai đứa xuống xe mừng rỡ ôm nhau, rồi vào một quán McDonald gần đó.

"Tao tưởng mày ở Kansas mà Hùng."

"Ờ tao ở Kansas làm hãng bò, cực hơn con bò, mà còn bị nó chửi, tao vất cục thịt bò vào mặt thằng manager rồi bỏ làm, dọn đồ vào xe, lái về đây luôn, còn mày dạo này làm gì?"

"Tao làm điện tử năm đồng một giờ, mà vừa bị lay off."

Hai đứa ngồi trò chuyện hỏi han nhau đủ thứ, nhắc lại với nhau từng chuyện nhỏ ngày xưa. Rồi Hùng nói:

"Tụi mình phải học cái gì mày ạ, không học hành suốt đời chỉ làm cu li."

"Học gì bây giờ."

"Tao sẽ học về điện, tao thích điện."

"Tao thì chỉ thích học môn gì dễ làm ra tiền, để gởi về cho mẹ tao thôi."

"Vậy thì mày học về Tiện đi, thợ tiện nhiều tiền lắm đó."

Phía bàn bên kia, có hai thanh niên Việt Nam với miệng qua nói:

"Hai anh tính đi học hả, trường đại học San Jose City College đang cho hai trăm học bổng cho sinh viên nghèo đó, ngày mốt nhận đơn, tụi tui ở Orange County nghe tin vội về đây chờ ghi danh đây."

Hùng và Dũng mừng rỡ nhào qua hỏi han. Rồi Dũng rủ Hùng và hai anh kia về ở tạm trong nhà, chờ đến mốt đi ghi danh.

Qua hôm sau, mới mười hai giờ khuya, bốn người đã ôm chăn mền đến trường đại học xếp hàng để chờ sáng mai ghi danh.

Tưởng mình là người đến sớm nhất, nhưng không phải, đã có một đám trẻ Việt Nam đang ngồi nói chuyện ran lên ở đó, họ đã đến từ đầu hôm, bốn người con trai mừng rỡ vì họ vẫn còn trong con số hai trăm người đầu tiên. Hai người bạn tuy mới quen với Hùng, Dũng, nhưng đã rất thân tình, họ chuyện trò giỡn cợt với nhau rất đằm thắm vui vẻ. Một anh bạn chừng cũng cở tuổi Hùng và Dũng lên tiếng nói:

"Tui có ông anh kết nghĩa ở Orange County qua từ bảy lăm, đang có hãng Tiện nhỏ, anh biểu hai đứa tui học Tiện, dễ kiếm tiền, mà sau này Hòa Bình lại, về Việt Nam mở hãng tiện, làm máy cày, máy ghe, mở mang đất nước, chứ dân mình khổ quá, thấy người ta ngồi trên xe cày, cày một ngày, mấy mẫu đất, nhìn lại dân mình đứng cuốc đất, dãi nắng dầm mưa cả ngày chỉ cuốc được vài thước đất, đất nước người ta thứ gì cũng làm bằng máy móc, dân mình thứ gì cũng làm bằng hai bàn tay, cực khổ mà không có năng suất."

Hùng chồm lên nói:

"Ừ phải đó, về quê tui mở hãng đi, tui sẽ tặng hai sào đất để xây dựng hãng, mẹ tui đã chia gia tài sẵn, mỗi đứa con được hai sào đất, đất của tui vẫn còn đó."

"Không được đâu, hãng xưởng phải ở ngay Sài Gòn mới tiện. Anh tui nói, sẽ mướn người tàn tật làm việc, để giúp họ có công việc làm, rồi lợi tức sẽ chia cho kẻ khó."

"Quê tui cũng nhiều người tàn tật lắm à. Không được đâu, phải mở hãng ở Sài Gòn, anh tui nói vậy."

Hùng bật cười lên tiếng:

"Tụi bây giống cô Bê-Rét quá."

"Bê-Rét là con nào."

" Cô Bê-Rét trong thơ ngụ ngôn của Tây. Cô ta đội sữa trên đầu mang ra chợ bán, dọc đường đi, cô cứ mơ mộng, bán sữa xong sẽ mua mấy cái trứng gà về ấp, rồi sau đó trứng sẽ nở một bầy gà thật xinh đẹp, bầy gà lớn lên, bán đi, cô sẽ mua một con bê con mũm mĩm dễ thương.... Nghĩ đến đó, cô sung sướng quá nhảy cởn lên, làm bình sữa trên đầu rơi xuống bể toang. Tụi bây cũng vậy, chưa ghi danh đi học, đất nước thì cũng chưa biết chừng nào mới hết Cộng Sản, mà đã lo dành nhau, mở hãng ở Sài Gòn với Vĩnh Châu."

Đêm trôi qua, trời đã mờ mờ sáng, đoàn người sắp

hàng xin học bổng đã lên tới gần ba trăm người, mà trong đó, khoảng hai trăm người là Việt Nam rồi. Bốn người con trai chia nhau gói thuốc và câu chuyện vẫn nổ ran.

Hùng cay cay mắt muốn khóc, nhớ thằng Bảy, thằng Sang, thằng Hưng, năm thằng ngày nào ngồi trên ghe nhỏ mơ mộng về dự tính làm tương chao, bây giờ ba thằng đã chết thê thảm bởi tụi hải tặc. Và Liên ơi? giờ em ở đâu? anh vẫn mong là em bị chết hôm đó, còn hơn bị hiếp dâm, rồi bị bán vào những ổ điếm Thái Lan.

(Viết theo lời kể của anh Lâm Hoàng Dũng, một trong hai người sống sót, trong thuyền vượt biên 52 người đến Thái Lan, tháng 9 năm 1979, đã bị hiếp và giết chết)

KHÚC NĂM BẢY

Tên tôi là Hướng Dương, có phải thế không. Chắc là vậy, vì nghe cô chủ nhỏ gọi tôi như thế. Tôi cũng vừa biết tên mình đây thôi. Vừa biết tên mình , là cũng vừa lúc, biết yêu.

Từ lâu, cứ thắc mắc, tại sao chung quanh ai cũng có tên, mà tôi lại không có. Nói đúng ra, không ai nhắc đến, làm sao biết đươc tên mình. Trong khu vườn này, mọi thứ, mọi loài, đều có tên. Tôi biết được, là nhờ lũ trẻ, lão làm vườn, và cô chủ nhỏ, thường nhắc nhở, và gọi tên chúng.

Sáng nào cũng vậy. Từ tinh mơ, đã nghe tiếng dép lẹp kẹp, và tiếng ho khàn khàn của ông lão làm vườn, rồi thì lão xuất hiện. Đốt điếu thuốc, tách cà phê, đi lui đi tới, dòm ngó khắp cả khu vườn, sờ sờ cây này, đá đá cây kia, cằn nhằn bầy chó giỡn nhau, làm gãy mất cây Mai lão vừa trồng, hay lại lên tiếng mắng đám gà, vì phá phách, vừa vun gốc, chúng lại bươi ra. Chắc lão cũng biết, la mắng chúng, cũng như không, nhưng không có ai để nói với, lão mắng yêu, như trò chuyện với đám gà, đám chó suốt ngày.

Rồi lũ bồ câu, lũ chim, cũng vừa thức dậy, lao xao nói chuyện, cãi cọ ran cả một góc vườn. Nhưng lũ côn trùng thì đã bắt đầu đi ngủ. Đêm qua, chúng đi kiếm ăn, réo gọi nhau om sòm, cũng có đứa buồn, khóc tỉ tê suốt đêm. Thế mà trời vừa sáng, chúng im re. Không hiểu chúng buồn ngủ, rồi đi ngủ, hay đi trốn lũ gà, lũ chim, vì nghe chúng kể lể với nhau, lũ gà, lũ chim, là kẻ thù của chúng, trốn sâu dưới đám lá mục, mà bầy gà cũng tìm ra được, mổ một cái, thế là xong một đời.

Lũ sâu thì ngây thơ dại dột hơn, cứ nhởn nhơ bò lượn, không biết trốn tránh nanh vuốt cuộc đời, hồn nhiên sống. A, cuộc đời, như lũ sâu mà lại hay, không lo lắng, không sợ sệt, không toan tính, một ngày, thần chết chỉ cho lũ chim chỗ chúng ở, thế là hồn nhiên qua đời, như đã hồn nhiên sống.

Tôi cũng thường thắc mắc, lũ tôm, đầu toàn phân, chắc

là ngu lắm. Nhưng lũ chim, đầu nhỏ như ngón chân, óc bé bằng móng tay, sao lại có đủ thông minh để đan cho con, cái tổ đẹp mà ấm áp thế kia. Cái tổ đẹp đến lũ con nít bắt thèm, đến lão làm vườn tài giỏi, hay cô chủ thông minh, cũng chịu, không làm nỗi.

Nghe đồn, Thượng Đế không hiện diện cụ thể, nên đã tạo ra người mẹ, cho loài người và loài thú mà thôi, tôi không có phần.

Buổi sáng hôm nay, cũng như những buổi sáng đẹp trời khác. Lão làm vườn tươi vui hẳn ra, nhìn mặt ông rạng rỡ, khi ông nâng niu, chăm bón, tỉa từng đứa lá vô trật tự, thì biết. Vì lũ hoa bắt đầu nở, có đứa đã nở toe toét, có đứa còn e ấp, không hiểu tụi nó còn tấm bé, hay chờ anh mặt trời. Nghe tụi nó thì thầm, tâm sự, rằng tụi nó chỉ yêu anh mặt trời . Chỉ trừ vài đứa, như con Dạ Lý Hương, con Quỳnh Hoa, con Thiên Lý... là tuyên bố, chỉ yêu sự tối tăm. Mặt trời thì đừng hòng thưởng thức nó.

Nhưng tôi thì khác, yêu anh mặt trời say đắm.

Thực ra, từ trước đến nay, tôi chưa biết thế nào là yêu. Là thế đó, hướng về anh, về anh... đắm đuối nhìn nhau, tôi và anh mặt trời. Nhìn nhau, ấm áp lòng ngay từ phút đầu, khi vừa hé nở nụ tình, và cũng là ngày mà tôi biết được tên mình.

Cô chủ nhỏ, vừa cúi xuống nhìn tôi, ôi hồi hộp biết mấy, đã có loài người nhìn đến, nhưng lại lo sợ, không biết cô chủ nhỏ có hạ lệnh chặt bỏ không, vì tôi chỉ là một loài cây hoang mọc quanh bờ bụi thôi mà, nhưng cô chủ nhỏ reo lên "Hướng Dương, Hướng Dương, ông à, lâu nay con tưởng cây hoang".

A, tên tôi là Hướng Dương.

Rồi nắng lên cao, nghe như có một sức đẩy nhiệm mầu từ trong thân, dâng lên trên những nụ hoa, vươn mình một cái, và nụ hoa, là tôi, hé nở. Anh phủ kín hồn tôi, anh huy hoàng quá, anh sáng láng quá, anh đã làm thức dậy những mầm sống đã ngủ yên từ lâu, trong tôi.

Khi nụ tình chưa đủ nhân tố để nở hoa, tôi không nhìn thấy anh, để hướng về, tưởng là đã yêu sương, và gió, vì luôn kề cận nhau. Rất dễ ngộ nhận, giữa cần thiết và tình yêu.

Thì thế, lũ hoa kiểng, Dạ Hương, Thiên Lý, Quỳnh Hoa... được ông chủ cho uống nước mỗi ngày, nhưng lũ hoa dại, và tôi, thì đành chờ sương xuống, hưởng chút lộc, sống cầm chừng, chờ mưa. Vì tụi hoa dại, đâu có ai trồng, và tôi chỉ tình cờ mọc lên, bên bụi tre. Không phải cho cô chủ bỏ tiền ra mua về, và cũng không phải do ông lão ươm hột (con người ta, đo, đong, đếm giá trị bằng tiền, chỉ thế, nên tôi trở thành vô vị, với nhiều hạng người, nhưng không sao. Có một anh họa sĩ yêu tôi biết mấy, tên anh là Vangod)

Tôi chỉ là một hạt giống lạc loài, do anh gió cuốn lên từ bụi đất, bay mãi, bãy mãi, cũng mệt, và rơi xuống trong khu vườn này, nằm ngủ mãi , một ngày gặp mưa, tôi nẩy mầm, và sống lai rai lẽ loi một mình bên bụi tre, không ai hay biết.

Cô độc, kẻ lạc quan thì buồn ít ,kẻ bi quan thì chìm đắm trong u uất. Tôi là kẻ thứ ba, không cần sở hữu, lũ chim là của ai không hiểu, nhưng cứ thản nhiên đánh bạn, chúng líu lo hát tôi mơ màng thưởng thức. Đám bầu bí là của ông lão, trồng để ăn, nhưng chúng khoe sắc, trước khi tàn lụi, tôi mê mẩn ngắm nhìn.

Căn nhà của ông chủ, bốn đời người trãi qua ở đó, những con người sinh ra, lớn lên từng ngày, hỉ nộ ái ố, ba trăm năm, mấy chục linh hồn, mấy chục kiếp người cư ngụ ở đó. Đó là tôi nghe kể. Có kẻ được yêu, có người đau khổ, có người hiền, kẻ ác. Nhưng đã trôi đi trôi đi... không còn ai nhắc đến, chỉ còn lại thời khắc hiện tại là một khu vườn diễm ảo, có nét cổ kính, âm u, bí ẩn... tôi cũng cư ngụ ở đây, nên cầm bằng như, đây là nhà của tôi.

Và trái núi hùng vĩ kia, cũng là của tôi, vì tôi đã mãi mê ngắm nó, chính tôi, chứ không ai khác, vì họ bận mua bán đổi chác, bận khoe tài khoe sắc, (ờ, có một anh phi công Saint Exupéry, hình như có bay qua vòm trời này, trăm năm trước, và có một trái núi nào đó, cũng là của anh, phải chi máy bay anh đừng rơi bên anh hoàng tử nhỏ, mà rơi bên cạnh tôi, tôi sẽ tình nguyện yêu anh say đắm, phải chi, trái núi của anh, mọc bên cạnh trái núi của tôi, tôi sẽ sang trò chuyện cùng anh mỗi ngày.

Có kẻ, bỏ mất một cuộc đời, quên hưởng thụ, những thứ tuyệt vời chung quanh, mà cứ cúi đầu, vắt hết tâm tư đi tìm danh và lợi, những đồng tiền chất đống, rồi chết, tiếc.

Anh cổ thụ kia, chắc anh biết nhiều, về kiếp nhân sinh, nhưng anh lại mới tự tử đêm qua, một cái chết không nhẹ nhàng, anh đánh rầm xuống, làm sửng sốt, rung động cả lũ cây cối trong vườn, và làm tôi băn khoăn không ít.

Khi tôi chào đời, anh đã ở đó, có những ngày gió, anh cất tiếng réo rắt, làm cả lũ cây, lũ hoa lặng đi vì buồn, tôi cũng thế. Đó là một anh chàng lập dị, thân anh cao vút, thẳng tắp, nhưng cứng cõi quá, nếu anh mềm mại như tre trúc, dễ ngã theo chiều gió, biết đâu, anh vẫn còn tồn tại. Cành vươn ra ngạo nghễ, anh chẳng tự hào, chẳng kiêu ngạo là đã che chở cho biết bao kiếp hoa bé nhỏ, cứ thản nhiên làm việc thiện, như đám gai, cứ hồn nhiên làm điều ác.

Kiếp đã mãn, hay già nua tuổi tác. Anh tự tử, hay Thượng Đế gọi anh về, tôi không biết, nhưng anh đã ra đi, khoảng trống chênh vênh còn lại...

Đã mất rồi, một bóng mát trong cuộc đời, nhưng phải sống thôi. Phải tìm một tình bạn khác, tôi trở lại với gió. Luôn luôn kề cận, không phải là thứ hoàn hảo. Gió, có lúc ác, lúc hiền, lúc lãng mạn, lúc du dương... Nhưng quen thuộc lắm, nhưng cần thiết lắm, có khi, tưởng là tình yêu, cần thiết và tình yêu, dễ bị lẫn lộn.

Gió, thì vô tình, mà sự vô tình, đôi khi cũng đốt cháy cả khu rừng, hoặc làm tàn phế hết lũ cây cối trong vườn, và bị thương nặng nhất là tôi, vì đã có lúc lầm lẫn, đã thần tượng anh. Gió, còn nhiêu sự vô tâm khác nữa, như là đong đưa, những ngọn lá tre, sắc nhọn, cứa lên thân, rươm máu, nhưng cũng quen đi, vì lúc nào chẳng có gió, may mắn thì heo may, bất hạnh thì bão táp. Và món quà lớn nhất của Thượng Đế, là sự quen thuộc, và lãng quên. Quen thuộc với nỗi đau, lãng quên một bất hạnh, với thời gian.

Nhưng cũng có lúc, đau ngây ngất, là lúc những đứa trẻ, chặt tre làm diều, chúng đạp vào người, kéo xềnh xệch, từng cành, từng thân tre sắc lẽm, cứa vào thân, tưởng chết.

Lũ hoa kiểng, thì ít khi một mình, thường xúm xít vứi nhau, lại được chăm sóc, nâng niu, hoan hỉ sinh sôi nẩy nở, nên có nhiều bà con, thân thuộc. Nhưng riêng tôi, chỉ có một đám hoa dại bên cạnh, cứ ngã vào, nương dựa. Nhưng biết làm sao, muốn hay không muốn, chúng cũng cứ ngã vào, nặng nề, đôi lúc đuối .

Và nỗi buồn, biết đâu chừng, lại làm thăng hoa đời sống. Biết đâu, lại làm sự vật có một màu sắc đằm thắm hơn, hiền hòa hơn, chỉ có sự lặng lẽ trong linh hồn, mới cảm được sự thâm thúy, diệu kỳ, qua những bản hòa tấu của vũ trụ, qua điệu đàn của mỗi loại lá, gió thổi mạnh, lá reo vi vút, gió thôi nhẹ, lá réo lao xao. Và những bài hát của lũ chim, tiếng rên rỉ muộn phiền của côn trùng.

Biết đâu chừng, chỉ có tôi nghe được.

Đã nói, tôi là một đứa lạc quan mà.

KHÚC NĂM TÁM

Trăng, sáng vằng vặc trên cái xóm nhỏ không có điện, không có bụi mịt mù và không có khói xe.

Trăng, bàng bạc trên những mái tôn, mái tranh, mái ngói.

Trăng, sáng lóng lánh trên những bụi cây, ướt đẫm sương.

Trăng, đổ xuống đất xuyên qua những tàng phượng làm thành những vòng sáng loang lổ.

Trăng, sáng đến thấy cả những bóng mình đổ dài trên con dốc, trước sân nhà thờ.

Cái bóng nhỏ nhắn, của chị và cái bóng cao gầy của Luân, chùng áo thâm , chập chờn bên nhau.

Luân và chị đã đi loanh quanh sân nhà thờ, từ khi trời

chập tối. Và kể cho nhau nghe biết bao là chuyện, chuyện vui, buồn, chuyện bạn bè, chuyện xưa nay, chuyện xóm đạo của Luân, chuyện bên kia trời của chị.

Gió thoảng, giật mình như ai vừa cấu vào núm ruột, mùi Hoàng Lan và mùi Thiên Lý quyện vào nhau.

"Mùi Thiên lý Luân ạ! Cả mùi Hoàng Lan nữa."

"Cả mùi Thiên Lý lẫn Hoàng Lan từ vườn củ nhà cô"

Có những mùi hương đưa ta về lại chốn cũ. Đã bao nhiêu lần, khao khát được gặp người và cảnh của năm xưa, một lần trước khi chết. Biên giới giữa trẻ thơ và thiếu nữ là đây, nó là hoa, là nhạc, là giấc mơ êm mà không ai muốn quên.

Luân đưa chị về nhà xứ. Và ân cần chăm sóc, một cái áo khoác, một ly cà phê, một tiếng đàn. Đôi khi nhớ về một điều gì, chị nói không dứt, Luân chăm chú nghe, và thưởng thức câu chuyện . Đôi khi chị khóc. Luân yên lặng đặt bàn tay lên vai. Lúc muốn yên lặng, Luân cùng yên lặng, rồi Luân đàn cho chị hát, tiếng đàn Luần vững , nhưng nghe khô, cứng lạ lùng, dù bài hát mềm như lụa.

Đôi khi nắng qua mái hiên làm tôi nhớ

Đôi khi có mưa giữa khuya hồn tôi bỗng vu vơ

Đôi khi bỗng nghe bước chân về đâu đó của em (2)

Luân lặng nhìn chị rồi nói:

"Cô phải đổi kiểu hát hay đừng hát nữa, cái láy của cô trong bản nhạc sủng nước mắt, đời sẽ buồn thôi".

"Ừ, có lẽ "

Thuở nhỏ, nhà gần nhau, học xa nhà, nên những lần nghĩ hè, tết. Chị và Luân thường lang thang đi chơi khắp hang cùng ngỏ hẽm.

Có những lần Luân phóng xe đạp đến nhà "Ê, có nhiều tiền lắm, đi chơi không?".

Chị phóng lên một xe đạp khác, và hai đứa đi ăn vặt, Ăn từ sáng đến trưa, đến chiều, vẫn chưa hết tiền, nhưng mệt, nên rủ nhau vào rạp xi nê ngồi nghỉ.. Đó là rạp xi nê chuyên chiếu phim hoạt họa cho con nít Hôm đó hình như đang chiếu phim gì đó hấp dẫn, con nít ngồi chật rạp, và ồn hơn cái chợ. Luân hét lên: "Học sinh im" vài chục cái miệng phản xạ tự nhiên rống cổ hét lại "lặng". Hơn ba trăm cái đầu quay về phía hai cái đầu cao lêu khêu, rồi ba trăm cái miệng rống lên cười vỡ rạp.

Kỷ niệm vu vơ với Luân nhiều như lá mùa thu, rụng từng chiếc, chiều nay.

Vài năm sau, chị lạc về xứ đạo này, dạy học.

Và mười năm sau, Luân cũng được đưa về đây làm

cha phó.

Hôm nay, ghé thăm Luân, người bạn thiếu thời, thăm lại những người muôn năm cũ, và tìm lại bóng dáng mình, thời thiếu nữ.

Căn nhà bên đó, trùm trong bóng đêm, chỉ có khung cửa sổ ánh lên một vùng sáng nhỏ và yếu, trời sắp mưa nên nặng nề, trăng không biết đã lặn đi đâu. Ênh ương rên rỉ. Một bản hòa tấu của côn trùng, đưa ta về chốn cũ.

Như chuyện cổ tích, ngày xa xưa, chị nằm đó, cái giường thứ sáu, là giường cuối cùng sát cửa sổ. Những đêm trăng như đêm nay, gió, trăng, trãi lên người trắng lạnh, cái mênh mông của đồi núi, cái bãng lãng của đồng quê, như một tháp ngà, vây quanh lòng mới lớn.

Và giờ này, bên trong cửa sổ, có lẽ, vẫn còn một người con gái, đã chôn một mối tình, đã từ khước chỗ nằm bên người chị yêu, để chọn chỗ nằm đó, một mình, đã ba mươi năm. Cô có từng, và có còn mơ mộng trăn trở như chị không, sao cô còn nằm đó, trong khi chị đã quay mù mịt giữa giòng đời.

Chị mong đến ngày mai để gặp người của dĩ vãng...

"Nguyễn đó hả - lại đây, lại đây để chị nhìn em, chị cứ tưởng không còn nhìn thấy em nữa."

Mắt chị Mai sáng lên, nắm tay chị, bàn tay mát lạnh, nghe như nước cam lồ chảy dọc suốt qua hồn.

"Chị vẫn nhận ra em à !"

"Chị vẫn thường nhớ tới em, vẫn hình dung em cười nói lăng xăng đi ra đi vào trong nhà này."

Nhìn quanh, từ cái bàn, cái tủ, cái móc treo áo, cái ly uống nươc vẫn như cũ, không thay đổi, chỉ thấy chị Mai già đi, nhưng vẫn duyên dáng.

Vừa bước vào đời, chị dạy học ở đây, trú ngụ đây, và chị Mai là hiệu trưởng, là một nữ tu.

Đời chị Mai , cũng phẳng lặng như Luân. Mười tuổi đi vào trường dòng, cũng qua từng bước từng bước như chị đã đi. Hai mươi ba tuổi chị Mai làm "xơ" và về giúp cho xứ đạo này. Chị Mai duyên dáng, có giọng nói trầm trầm dịu dàng quyến rũ.

Những buổi chiều, đi dạo với chị quanh sân nhà thờ, nếu có một đứa bé đi ngang qua, hay ngay cả một người lớn ,họ đều lễ phép "Con chào "xơ",chào cô".

Chị Mai, có thể nói về cá tính, hoàn cảnh của mỗi người trong xóm đạo, cũng như mỗi người trong xóm đều biết rõ về nhau. Cả cái xóm đạo miền Trung nghèo nàn, xơ xác, hiền lương, bỗng có một người con gái, một xơ, ngươi Bắc, xinh xắn , giỏi giang lạc vào, người ta coi chị Mai như một bông hoa xinh xắn, một thánh nữ.

Rồi thời gian trôi qua, người ta xem chị như người làng. Riêng với chị, chị Mai như một loài cây quý, lạ, ai đó trồng vào giữa làng, giờ đã thành cổ thụ.

Trong nhà xứ, trong trường làng, chị Mai từ một "xơ" trẻ nhí nhảnh hồn nhiên, rồi trở thành "bà" hiệu trưởng, rồi chị già đi, thay thế chức vụ của "bà Nhất" vừa qua đời, chị thành "bà Nhất",đeo kiếng lão, ngồi ngay cái ghế dành cho "bà Nhất", may vá, cầu nguyện, chị Mai có cái dáng lom khom của người già, nghiêm nghị của bề trên.

Xóm đạo nghèo nàn. Học trò học một buổi, còn một buổi phải làm rẫy, hoặc đi đốn củi đem ra chợ bán. Mùa gặt, lớp vắng tanh vì học trò phải đi gặt lúa nhà, hoặc đi gặt thuê. Cuộc sống lạc hậu, thậm chí phần nhiều chưa nhìn thấy cái bàn chải đánh răng. Họ chà răng bằng xơ cau, cắt móng tay bằng dao, nấu bằng củi, thắp đèn dầu…

Chị dạy lớp Một, và lớp Bốn, học trò lớp Bốn có đứa lớn hơn cô, phần nhiều xấp xỉ tuổi cô. Là vì rảnh, mới đến trường kiếm mớ chữ, còn mùa gieo mạ, mùa gặt.....phải đi làm.

Ở đây họ trồng thuốc lá, nên hầu hết hút thuốc, vào lớp mỗi đứa vắt vẽo một điếu thuốc lá ngọn, lớn bằng cái kèn, sau chị cấm tiệt, có đứa vì nghiện thuốc lá ngọn mà bỏ học.

Học trò lớp Một, cha mẹ dẫn đến học ngày đầu, ít ai có giấy khai sinh, tên và tuổi rất mơ hồ. Đẻ con ra, đặt một cái tên nào đó như là Dư, Thừa, Thìn, Ty., Ngọ, Bé, Gái...Đến khi đến trường, hỏi tên họ, bà mẹ mới giật mình:

"Cha nó họ Trần, thôi thi Trần Thị Ngọ đi"

Hỏi tuổi bà mẹ mau mắn:

"Dạ, cháu tuổi Ngọ."

"Tuổi Ngọ là mấy tuổi thưa bà?"

"Ờ để tui tính coi Tí Sửu Dần Mẹo Thìn Tỵ Ngọ, ồ vậy là nó tám tuổi."

"Dạ cháu muốn biết ngày tháng năm sinh."

"Tui già vậy còn không có nữa huống chi là nó"

Buổi học đầu tiên , trời mưa, lớp học dột, nước chảy từng dòng, có đứa cười toe toét cởi phăng quần áo, ra hiên tắm mưa, có đứa khóc đòi về với mẹ, sét đánh, gà vịt ngan ngỗng chó heo chạy ngỗn ngang trong lớp , nao cả lòng cô giáo.

Ngôi làng nhỏ, rất hẻo lánh, một năm có hai mùa mưa nắng, có buổi sáng thức dậy bằng những tiếng chim báo thức và đêm ngủ bên cửa sổ có ánh trăng vằng vặc, hoặc một màn đêm, đen thăm thẳm.

Ở thành phố chim cũng hoảng hồn vì những tiếng động cơ nên họa hoằn mới thấy một vài con chim sẻ. Có những lúc lạc vào một khu vườn nhà ai đó, cũng thấy vài loại chim nhưng rất hiếm. Nhưng ở đây, ngồi thật lặng yên ở một góc vườn, sẽ theo dõi được bao nhiêu là sinh hoạt của chim, đủ loại chim, có những loại chim tung tăng từng bầy, đậu từng bầy, rồi bỗng dưng rủ nhau bay vút lên trời, làm hoảng hồn những con chim hàng xóm, những con chim sà xuống tắm, trên vũng nước đọng, hay tắm cát, có những cặp lúc nào cũng san sát bên nhau, hôn nhau, rồi trò chuyện bằng ngôn ngữ của nó, có một loài chim nhỏ chút xíu, nhỏ hơn cả cái trứng gà, lúc nào cũng la đà trong những bụi rậm, bắt sâu, con chim nhỏ một mình, thấy bắt thương.

Ở đây không có điện, mà bầu trời lại trong, nên trăng sáng vằng vặc, trăng tràn trên sân nhà xứ, ở đó có từng đám con nít, con gái nấn ná ở lại đùa giỡn trò chuyện với nhau sau giờ kinh chiều, những cô gái cột vạt áo dài vào lưng ,chạy chơi trốn tìm, u mọi.... Những cô thôn nữ, túm ba túm bảy trò chuyện rồi cười khúc khích, hay lân la nói chuyện với các cô, các xơ.

Các xơ, và nhà xứ, cũng đã trở thành một 'huyền thoại đẹp" của xóm đạo này. Các xơ thì đến phục vụ, và ngôi nhà xứ đó đã thu hút biết bao trái tim của những cô thôn nữ, và cả một vài anh trai làng nữa. Mới lớn lên, cô bé nào chả chọn cho mình một thần tượng, mà các cô, các xơ, như những thiên thần, trắng toát từ linh hồn đến dáng dấp, làm sao các cô bé không yêu. Còn những anh trai làng, trái cấm thì thường quyến rũ hơn hái cây trong vườn mình, cho nên cũng lắm anh trồng cây si ở sân nhà xứ, và những chuyện tình ngang trái đó, đã trở thành những bài thơ đẹp được in hằn trong lòng người dân xóm đạo. Chị cũng có một cây si.

Ở giữa nhà xứ và nhà cha sở, là ngôi nhà thờ cổ kính nguy nga đồ sộ, ngôi nhà thờ được xây từ hồi Pháp thuộc trên một ngọn đồi thoai thoải, giữa phong cảnh hữu tình, mà bụi thời gian đã hằn trên từng phiến đá, từng bờ vôi loang lỡ, một nét cổ kính u hoài, rất nên thơ. Ngôi nhà thờ, là một niềm hãnh diện cho xóm đạo, tất cả mọi sinh hoạt của cả làng đều ở sân nhà thờ.

Và chị, trong một đẩy đưa của định mệnh, cũng đã trở thành một phần tử của xóm đạo, được mọi người thương yêu ,kính nể, như người làng, và chị cũng đã từng vui buồn với những thăng hầm của xóm đạo.

Chị đến đó vào một buổi sáng đầu mùa thu.

Cửa xe mở toang, chị bước xuống, và hồn cũng nở toang như hoa .

Trước mặt, một dãy đồi thoai thoải, phơn phớt tím là vì mùa hoa sim nở, những đám mạ xanh biếc ở chân đồi, gió lùa, lá lúa gọn nhấp nhô như sóng. Rồi những mái tranh hiền hòa, giữa vườn cây ăn hái, tất cả đều lạ lùng vơi chị, một đứa con gái thành phố lần đầu về quê.

Cả những người đàn ông, đàn bà, con nít, đen đủi, dơ dáy, chất phác, xúm lại xách vali giùm, như là họ đang đón một người thân đến thăm, cũng làm chị cũng thấy ấm áp và yêu họ lạ lùng.

Những ngày mưa, từng dòng nước rơi trên mái tôn đã quá cũ, học trò lớp một sợ sệt có đứa khóc thét lên, vài đứa khác khóc òa theo, có đứa cười hả hê vì được vọc nước, vài đứa cởi phăng áo quần bay ra sân tắm, cô giáo trẻ ngẩn ngơ, nhìn mưa rơi rồi bỗng buồn, sợ, hoang mang, nên cũng khóc...

Học trò của chị, nghèo như những mái tranh rách nát, mùa đông tới trường rét run câm cập vì không đủ áo, mùa hè đôi khi đến trường với bụng cồn cào đói vì chưa bán được củi. Buổi trưa vào lớp (lớp chỉ học một buổi), một dãy đòn xóc dựng đầy trước hiên, vì sáng sớm tinh mơ, học trò đã lên núi đốn củi, gánh ra chợ bán, rồi trưa ghé trường đi học luôn, bữa nào không bán được củi, không tiền mua đồ ăn, đi học với bụng đói mặt buồn tênh, ra chơi cô giáo phải dẫn về nhà ăn cơm.

Trường làng không có trung học, mà học trò nghèo, ít ai đủ phương tiện lên tỉnh học, nên chị yêu học trò đặc biệt, nhồi nhét kiến thức , những gì chị có. Sách truyện, là điều xa xỉ với học trò nghèo. Chị mua thật nhiều, và khuyến khích đọc.

Cô giáo cũng còn bé bỏng, mà học trò thì rất bé bỏng, cho nên trông như cả đám con nít đang chơi trò dạy học - tuy nhiên trong đôi mắt mỗi người, lúc nào cũng ươm nỗi sợ chia ly, cô trò yêu nhau như bạn bè thân thiết. Mà đến mùa hè, phải chia tay.

Chiều thứ bảy đã buồn, vì một ngày mai cuối tuần xa cách, có đứa Chúa nhật nhớ cô giáo, vờ đến nhà cô mượn cuốn tập, rồi ngồi lân la với cô cả buổi.

Có những cuối tuần cô trò rủ nhau leo núi, hay rong

chơi trong từng khu rừng hẻo lánh. Gió hây hây thổi, hoa sim, hoa muông tím nhạt rưng trong nắng, cô trò nhìn nhau cười ngặt nghẻo vì miệng ai cũng tím ngắt vì ăn sim. Học trò đan cho cô từng cái võng nhỏ bằng dây leo của những cổ thụ, cô ngồi võng cười vui như công chúa nhỏ, chờ đám quần thần tới dâng bao nhiêu là sim, ổi rừng, từng chùm sim mập tròn thơm ngát, rồi hoa, hoa rừng quá quen thuộc vói đám học trò tiều phu, nhưng cô giáo thì ngẩn ngơ ngắm, ngưởi.

Hoa rừng, hoa dại, lạ là lúc nào cũng có cái mủi thơm rất hoang dại. Rừng. Rừng, chỉ nghĩ tới thôi là đã thấy quyến rũ rồi, lại được được rong chơi với những thiên thần mình rất yêu, nên cô trò đi mãi, quên cả đường về.

Cũng có lúc đang vui, chạnh nhớ đến mùa hè phải chia tay, cô giáo ngồi buồn ngơ ngẩn, cả đám học trò lặng người, có đứa rươm rướm khóc. Nhưng con nít cả, nên rất chóng quên.

Có một tổ chim trên ngọn cây, cô trò thi nhau ai trèo lên bắt xuống trước, thế là khô hết nước mắt, lại tưng tăng chạy nhảy hát hò. Rồi nằm dài trên những đám cỏ xanh mơ mộng, từng đám mây trắng lang thang, từng đàn chim bay theo hàng lối, từng chiếc trực thăng lượn vòng vòng trên đầu. Rồi có đứa khác rủ rê cô "Cô hát đi, em thích nghe cô hát" Thế là cô nằm trên thảm cỏ xanh mướt, hai tay gối đầu, hát từ bài này qua bài khác say sưa. Gió, nắng, mây trời, mùi hoa dại, mùi đất, mùi cỏ, mùi hái trâm, thơm ngát làm ngất ngây say sưa, hát quên hết đất trời.

Đó là buổi đi chơi cuối cùng. Và rồi biền biệt xa nhau. Hoc trò, xóm đạo, và lòng mới lớn.

KHÚC NĂM CHÍN

gặp em trong mưa

em đi tìm việc.

mỗi ngày đi, lại cúi đầu về.

họ vẫn bảo chờ.

tôi không gặng hỏi, nói gì ư!

trời mưa, trời mưa...

ba tháng rồi,

em đợi...

sống bằng tương lai.

ngày và đêm, như lũ trẻ mồ côi.

lũ lượt dắt nhau đi, buồn bã...

em đi trong mưa cúi đầu nghiêng vai

người con gái mới mười chín tuổi.

khổ thân em mưa nắng đi về, lủi thủi.

bóng chúng đè lên số phận từng người

em cúi đầu đi, mưa rơi, mưa rơi... (1)

cứ như thế, em đi...

mảnh bằng vàng ố cũ mèm,

vì đưa ra, đưa vào, cúi đầu, xin xỏ...

cứ như thế, em đi... rồi về....

người con gái mới hai mươi tuổi

năm một ngàn chín trăm năm sáu.

người con gái mới hai mươi tuổi

năm một ngàn chín trăm bảy lăm

người con gái mới hai mươi tuổi

năm một ngàn chín trăm bảy tám

(dưới mái hiên nhà ai)

chiều, mùa đông, buồn, mưa rơi, miền bắc...

mẹ đi ra đi vào, chờ tin con...

sáng sớm tinh mơ, mẹ đong nếp thổi xôi.

lũ em thức giấc, vì mùi xôi nếp mới.

ùa vào bếp, bốc nhai cười nói.

mẹ cốc vào đầu từng đứa,

chúng mày ăn khoai, dành xôi cho chị...

mẹ nén vào lá chuối, từng nắm xôi.

nắm cho buổi sáng, nắm cho buổi trưa...

con đi nhé, chóng về bố đợi.

nhớ cài cúc áo vào kẻo rét.

em đi, mang theo hai đôi mắt lo âu,

hy vọng của bố, của mẹ...

buổi chiều cúi đầu trở về, buồn bã.

họ bảo vẫn chờ, bố ạ.

ừ, thì chờ,

con ráng kiếm cái việc làm,

để khỏi lam lũ ruộng nương một đời, như bố mẹ...

cứ như thế, em đi, rồi về...

tôi đi giữa trời đất bắc

đất hôm nay buồn bã mưa phùn.

bỗng nhói ngang, máu nhỏ xuống bùn.

a lưng tôi có tên nào chém trộm,

cái lưỡi dao cùn.

không đứt được, mà đau

nếu mà lưng tôi lạnh

hãy nhìn xem, có phải vết dao.

không đứt được, mà đau.

lưng tổ quốc hôm nay rướm máu.

họ đã sống rã rời cân não

quãng thời gian rưng rức chuyện đi Nam.

những cơn mưa rơi, mãi tối sầm.

họ lếch thếch, ôm nhau đi từng mảng.

dừng lại

đi đâu

làm gì

họ kêu những thiếu tiền, thiếu gạo... (2)

hay con vào Nam bố nhé.

cái lụa vừa thơ về.

nó làm công nhân xí nghiệp,

lương những chín trăm ngàn cơ, mỗi tháng.

ôi con ôi, đừng nói chuyện hoang đường, bố hãi,

mười chín năm, chưa rời bố mẹ một ngày,

làm sao bố yên tâm...

nhưng mà con nản lắm, đã đi xin việc cả năm rồi bố ạ.

bố cúi đầu, nước mắt lưng tròng.

có con dao cùn nào, cứa vào lòng em rướm máu...

tôi nức nở, giữa trời giông bão

họ vẫn ra đi,

nhưng sao bước rã rời.

sao họ khóc,

có gì thất vọng.

đất níu chân,

gió cản,

áo bay về.

xa đất Bắc, tưởng như rời cõi sống

tưởng như đây là phút cuối cùng.

trăn trối lại, mỗi lùm cây, hốc đá.

mỗi góc vườn, gốc vả, cây sung.

không nói được, chỉ còn nức nở.

trắng con ngươi, nhìn lại đất trời

nhìn cơn nắng lụi, nhìn hạt mưa sa.

ôi đất ấy, làm sao quên được.

quên sao nơi, ấm lạnh ngọt bùi.

hôm nay đây, mưa gió dập vùi

mưa đổ mãi trên người xa đất Bắc.

trời vẫn quật, muôn ngàn gió tảng. (3)

rồi em đi...

mang theo giọt nước mắt lưng tròng của bố.

hình hài đét khô gầy, của mẹ.

và khuôn mặt lũ em.

những đứa trẻ, chưa biết mùi thịt cá.

trời miền nam, chợt nắng chợt mưa.

người miền Nam, lúc nào cũng đông đúc, rộn rang như ngày hội.

nhưng lòng em sao nghe, quạnh quẽ

nhớ mẹ, nhớ bố, nhớ lũ em,

nhớ đôi mắt có đuôi người con trai hàng xóm...

chín trăm ngàn, lương tháng chia đôi , chả thấm vào đâu

chả thấm nổi vào giấc mơ thay lại cái mái nhà cho bố mẹ.

rồi thì thơ về Bắc.

hay con đi theo người ta,

đoàn người lao động xuất khẩu bố nhé.

Đài Loan, Đại Hàn, Singapor, Mã Lai, Tiệp Khắc, Hung Gia Lợi, Nga Xô...

những mười triệu cơ mỗi tháng,

ừ thì con đi đằng nào cũng tha phương cầu thực.

rồi em lại đi...

mang theo món nợ, cầm nhà đất bố mẹ,

cho lũ người môi giới

Mã Lai. trời nóng chảy mỡ...

xi măng, cát sạn, nỗi nhớ nhà

oằn lên tấm thân em, ba mươi lăm ký.

trời đất quay cuồng,
rồi em ngất đi, dưới mặt trời dưới mắt một lũ,
tưởng là người, nhưng không phải.
có tấm giấy nào như định mệnh đời em.
quyết định: hồi hương, lý do: sức khỏe.
làm sao dám về nhà,
nhìn vào mắt của bố, của mẹ, của lũ em
và căn nhà phải mất cho lũ người môi giới.

mắt và lòng em mờ đi, trên đường phố Sài Gòn,
ngủ ngoài công viên, đói, ăn xin thì xấu hổ.

có người đàn ông liếc mắt.
cô bé, đi không?
và em làm đĩ.
máu và nước mắt của em,
đổ xuống trên chiếc giường xa lạ.
tỉnh cơn đau, người đàn ông đi mất
ngày đầu tiên cho nghề mới: làm đĩ

cũng bị người ta lường gạt.

tôi vẫn quyết, thơ phải khua gió bão.
nhưng hôm nay,
tôi bỗng cúi đầu sao những vần thơ,
không xoay nổi đất trời.
sao chúng không nối được, bờ cõi.
non nước sùi sụt mưa
tôi muốn bỏ thơ,
làm việc khác. (4)
Cầu Nguyện.

(1), (2), (3), (4): thơ Trần Dần

KHÚC SÁU MƯƠI

Mỗi chiều người đàn bà và con chó nhỏ ngồi bên vuông cửa sổ.

nhìn con đường và những con người

không ai vội vã.

vì con những con đường này chả đưa họ đến đâu.

và họ cũng không cần thiết phải đi đến đích.

họ đi, để khỏi nằm ngồi, hình như thế.

trong khu vườn bé của người đàn bà cũ.

cũng không còn những kỳ hoa dị thảo, như ngày ba mươi tuổi, mua được căn nhà xinh xinh , sau khi người đàn ông ra đi đem theo tình tiền, lòng tin vào con người, từ một người cả tin ....

sau bao nhiêu năm vật vã với bão tố cuộc đời

một mình

người đàn bà đã cũ đi

mọi góc cạnh

đang thu về một góc bé nhất

trong một căn nhà bé nhất

mỗi buổi chiều chỉ ngồi đó, nhìn khu vườn nhỏ, và những con đường "thảnh thơi"

có ai đó thảnh thơi bước ngang đời mình ,mà không ai biết bên trong vuông cửa sổ, có người đàn bà cũ , đang ngắm nhìn.

khu vườn nhỏ, chỉ ươm những loài hoa không cần chăm sóc (vì cũng cần những sắc màu, nhưng lòng đam mê thì đã xài hết cho những dại khờ ngày son trẻ)

nên dị ứng với từ chăm sóc.

và cũng dị ứng với: náo nhiệt, hàn huyên, lao xao, trình diễn...

mỗi buổi sáng, người đàn bà cũ, lao ra đường cho giống những con người,

tìm chút nắng, ly cà phê, hẹn hò với Chúa,

và làm những việc vặt vãnh, mà mỗi con người thì phải làm

rồi đi về

với góc quen thân bên khung cửa sổ

là tìm thấy bình an.

cũng mang ơn những bạn bè dễ tính

là đám iPad

nửa đêm thức giấc: tìm nó

có những ngày quá dài: tìm nó

năm mươi phút rảnh chờ cơm chín: tìm nó

có những con iPad cũ như dĩ vãng người đàn bà

thi thoảng chuyên chở tâm tư , như đêm nay.

đêm cuối năm.

đem về từ lúc giá nó bằng một chuyến du lịch.

vẫn chưa qua đời.

nên được nằm chung với đám mới.

một ngàn ba cái

hòa hợp nhau đem thế giới về bên trong khung cửa sổ.

nếu nói với ai rằng, chúng nó là duy nhất, phục vụ người đàn bà cũ, e rằng quá đáng, nhưng vẫn là sự thực, duy nhất, từ ngày cô ấy có trí khôn.

cha mẹ anh em chồng con, tha nhân, kể cả chó mèo hoang, cô ấy phục vụ đến tàn hơi, một đời người.

nhưng nhận lấy là gì , không có

và những con cún

ước gì đời mình đừng vướng vào những đôi mắt đó.

để muốn là bay.

nhưng những đôi mắt đắm đuối, chỉ có một người để trao gởi, là cô ấy, (vẫn thích chữ cô ấy, hơn chữ người đàn bà , dù cô ấy đã không còn trong veo)

nên đời vẫn còn vương vương...

chút nợ nần, từ con của người đàn ông bội bạc

là những con cún , mà chẳng phải cô ấy chọn đem về
. đặt nằm trong khung cửa sổ, nhưng cún vẫn cứ nằm
đấy, cho đến tàn hơi, hoặc là cún,hoặc là cô ấy, tàn hơi.

chẳng lẽ cuộc đời, toàn vấp những điều mình không
chọn

cho đến tàn hơi.

COLOR OF THE TIME

1. MASTER OF THE HOUSE

My father was born on the bed where I now sleep with my wife, or rather, on the thick, carved ironwood plank. I too was born there, and soon my child will be. In this house, everything in my life seems perfectly arranged.

My grandfather built the house in a Western style, elegant, old, and dignified, and left it to his eldest son, my father. My father died young and left it to me, his eldest son. My sisters, married into hard-working families, endured much hardship, yet none felt jealous. The old saying "one son is worth ten daughters" had seeped deep into the blood of small-town people, ours included.

Since childhood, my sisters tiptoed whenever I slept

or studied. The best food was saved for the boy, simply because I was the only son. Even my mother chose her words carefully with me, never scolding me as she did my sisters. When I entered university, the family tiptoed even more whenever I sat at the table with an open book.

My private room was spacious and fully furnished. The ironwood furniture worn by my grandfather, my father, and my own hands.

My father was Western-educated and had a refined taste for art, music, and antiques. He filled the house with treasured objects and musical instruments. He hired tutors to teach me music and foreign languages and subscribed to magazines and books from our home country and abroad. He said he wanted me to "understand the heavens above, grasp the earth below, and master the human heart in between."

Every day, I sat at the ancient desk by the glass wall covered in reflective film. I could see out, but no one could see in. I read idly, plucked the guitar, watched sunlight, wind, rain, people, and birds—birds that landed on the veranda to peck at crumbs or flirt when they thought no one was watching, living in a world of their own.

The house stood in the town center. It's wide veranda faced the bus station. There were always people stranded there for the night, those who missed a ticket or had nowhere else to go. I never drove them away, I don't know why. I was neither kind nor cruel; I simply watched them from behind the glass window, only a few handspans away.

Most travelers stayed only one night. At dawn they vanished, by evening another arrived, weary and burdened, seeking rest.

The veranda was always filled with faces stripped of calm, stripped of peace. After several hours in line, unable to buy a ticket and too far from home to return, they waited there for the morning to try again.

There were stories about my grandfather.

When he built the house, he filled the garden with ornamental trees, some planted in the ground, others in pots. Under his and my father's care, they flourished. After my father died, the trees grew large while their pots stayed small, yet I never dared replace them. If one of Grandfather's trees died, I would be crushed. And so they lived on, roots bound, branches heavy, still beautiful in their confinement.

I had only a few friends. I was never fond of company. Yet, a handful of my father's old companions and a few rare souls I truly understood, still visited. When they did, I showed off the potted trees that have survived three generations of our family.

Potted trees don't need daily watering, yet I watered them every day like someone lighting a thick bundle of incense before an ancestral altar, simply to remember. I missed my grandfather and father every day as I sat in the house they built and left to me. I owed much to them. They never lacked food or clothing, yet they worked without rest, wishing only to leave something for those who came after, for me. My sisters, they said, belonged to the families they married into, so everything else was left to me. Unfair, perhaps. But they, and everyone else in this small town thought it natural; for here, sons are valued above daughters.

There were also trees not planted in pots but in the ground. In one corner of the yard, grandfather planted several fig trees whose branches reached out over the road. When the neighbors returned from working in the fields, each would pick a few fruits. Grandmother once thought grandfather had hired workers to fence the fig trees in, but no, he had the entire fence removed. He instructed his children and grandchildren that if the fig trees ever died, they must plant new ones. For the people in this small neighborhood were poor, hired field laborers. Their meals were often nothing more than rice with fermented shrimp paste, and a few figs to dip into that shrimp paste made their meal a little more complete.

Fig fruits are slightly astringent, but dipped into shrimp

paste mixed with lime, garlic, chili, sugar, and a few basil leaves and eaten with hot rice, it was wonderful. Strange how those two humble, inexpensive things complement each other so well. I, too, adored the fishy richness of the paste, the astringency of the figs, the sourness of lime, the heat of chili, the sweetness of sugar, the fragrance of basil, the warmth of rice, blended perfectly. Whenever I was away from home, I craved figs with shrimp paste. Dipping them in fish sauce, soy sauce, or anchovy sauce makes them bland. And the herb must be basil, eating it with other herbs feels wrong, like eating "phở" with the wrong kind of fresh herbs.

Grandfather also planted several papaya trees. Their leaves never grew fast enough because the neighbors picked them to eat raw or to boil and dip in spicy anchovy sauce. Papaya leaves are extremely bitter, but they were accustomed to it and considered delicious. Perhaps bitterness pairs well with heat.

During the rainy season, Grandfather planted many sweet-leaf shrubs. By the end of the season, they had taken root and grown well. The neighbors would pick the leaves, and new ones would sprout. Once rooted, the plants survived without watering, even in harsh sunlight. Sweet-leaf soup is delicious, cooked with shrimp if one has money, or simply with fermented shrimp paste if one does not.

To the neighbors, grandfather and father were

beloved, respected people. They came and went freely into our garden. Children loved to visit to pick flowers or chase butterflies. If any child misbehaved, the neighbors themselves would chase them away, protecting the grandfather's house as if it were a small public park for everyone.

By my time, the papaya trees had died, and the fig trees had grown old, their fruits no longer hanging low enough to reach. So no one picked figs to dip in shrimp paste anymore even though I kept a long bamboo pole under the tree in case anyone wanted to hook some. Perhaps this generation is better off. Perhaps their children no longer know the taste of figs with shrimp paste. Or perhaps times have changed, picking a handful of leaves or a few figs from a neighbor's yard was once normal; now, apart from mischievous kids, no one does that anymore. Just as in the past, one could drop by a neighbor's house to chat on a whim, but now, if you want to visit someone, you must call first.

It is said that the house existed before the bus station.

In grandfather's time, the veranda was a resting place for countryside folk carrying goods to the market. They left at dawn, arrived at the veranda to rest, and waited for the market to grow busy. Those with money took horse-drawn carts; those with little carried goods on their shoulders. Passengers waiting for the horse carts often sat cross-legged in front of the veranda. They were familiar with one another, so the veranda became a place for vendors to chat and pass the time.

When the sun was too harsh, the carriage driver even led the horse under the veranda for shade. The packhorses of my childhood often made me cry. Every Sunday morning, when grandfather and I rode the horse cart to church, the cart carried more than ten passengers and piles of goods on its roof. Going uphill, the horse struggled, pulling slowly and heavily, while the driver whipped it mercilessly to force it forward. I pitied the horse, and I cried.

When sudden rain came, travelers on foot or on bicycles also hurried into the veranda for shelter. And whether in the past or now, whenever school ended and it rained, the veranda filled with the laughter and chatter of students of all ages. At such times, no matter how busy I was, I would go sit at the old wooden desk, looking to see whether any new faces appeared. In a small town like this, people of the same age all knew each other. I recognized every face, but never joined in. Not out of arrogance, but because I was quiet by nature. I only spoke freely when it suited me; otherwise, I stayed silent. I had been that way since childhood. Father sent me to a Western-style school, and a driver took me there every day. At school, while my classmates gathered to chat, I immersed myself in books. They knew my temperament, so they left me alone; in fact, they were somewhat fond of me, because I was generous whenever they asked for money, I gave it, even though they later got punished for using my money to do foolish things.

Old people in town often said that my family's house had blessed countless people in one way or another, through many generations.

And I could have built a gate or a fence, but I never did. Instead, I opened another pathway so those who slept under the veranda would feel less awkward when encountering the homeowner.

Sitting inside, safe, prosperous, surrounded by every comfort, wealth, and reputation, I watched them, from when I was only a small child, through my youth, adulthood, and middle age.

So many fragments of life have passed before my eyes…

By nature, I disliked talking or listening to trivial things. My refuge of silence was the one-hundred-and-fifty-year-old desk left by my grandfather. Whenever I sat there and opened a book, even my wife, who had spoken less since moving into this house, quietly retreated to another room so I would have a peaceful space.

Immersed in my thoughts (a soul quiet and still, without sorrow, without joy, without turmoil) I watched them, these travelers who spent a single night under my roof. I never thought of myself as wealthy, not monetarily, until a conversation with an elderly writer. When I asked why he had never married. He answered in a single line, and I suddenly realized how rich I was in every way, a wealth not earned through struggle, but inherited by chance.

"Because I love silence," he said.

After a long pause, he drew on his cigarette, took a sip of liquor, and added quietly, "But now… there's too much of it."

So it was with those who passed through this place, restless hearts far from home, far from their destination. One rarely saw a smile except maybe from a child. We were separated by only a few handspans, but just like the birds that came to rest for a moment at my windowsill, they believed they were alone, unaware that the master of the house was watching them. On every face, I could read a story, some wealthy, some poor, some plain, some beautiful, old, young, educated, simple, alone, together. Sometimes when curiosity overcame me, I opened the window slightly and could even hear the conversations they had with each other…

One day, a young couple with two children came to stay under the veranda. One night, five nights, ten nights had passed, and still, they had not left. I stepped out to the veranda, displeased, but before I could say anything, the thin, frail man, about my age, quickly hid the sweet potato he was eating and bowed his head, mumbling: "Please, sir, allow my wife and me to sleep here for a few nights. My wife's eyesight is poor. We have just gotten a job sweeping the bus station. Once we get paid, we'll rent a room right away."

I silently went back inside, and from the old table, I could read on the man's shriveled, exhausted face a deep happiness.

When no one was around, I would splash water and wash the veranda, now their home, where they sometimes "found" an entire roasted pork leg. I cracked open the window slightly and drank in the laughter of four people who had never known the taste of meat.

"Duyen, eat it while it's hot. Sweep later. Someone must've forgotten this pork leg. People can be so careless, such a big leg of meat, and they forgot!"

One night, I heard an unfamiliar voice. I counted, under that torn blanket were not four, but five people.

Sitting with my head bowed over a book as my wife understood that I needed to be alone. I cracked the window slightly and secretly listened to countless stories shared among those five people.

The unfamiliar girl laughed and boasted that she had never in her life felt such excitement, lying under the sky, gazing at the moon and stars in a place that wasn't her home, sleeping like a wanderer between heaven and earth, guarded by four companions.

The next day, a weekend morning, the street sweeper woman met me at the door: "Sir, please help find a job for Miss. Nguyễn. She used to teach primary school. The hotels won't rent a room to her because she doesn't have a household registration. I invited her to stay here temporarily while she is looking for work. She has applied to a few places and is waiting for a reply."

She spoke while pointing to a young girl sitting with her two children. The girl smiled at me with her eyes, a smile like that of a relative greeting another. I suddenly felt dizzy and could only manage one sentence:

"Yes. In a few days, she'll have a job."

She thanked me and smiled innocently. Back in my room, I sat at the old table and gazed for a long time at her face through the reflection of the glass frame, without worry, because she didn't know anyone was watching. The five of them were eating and chatting again. It seemed she was breathing life into the other four and into me as well. How they savored those sweet potatoes which they survived on every day.

The girl looked fresh, radiant, her hair still damp after bathing, surely the street sweeper had taken her and the children to the river for a wash. I often saw that street sweeper woman hanging clothes to dry on the thorny bushes along the riverbank.

And I, since the day she arrived at the veranda, also felt a stirring inside me. I spent hours watching her, reassured that she did not know a man was looking at her. Beside the four weather-beaten, ordinary people, she stood out beautifully wearing modestly fashionable clothes on a well-proportioned figure.

Compared to my wife, this girl had her shortcomings.

My wife, aside from being a bit short and having a figure with three equal measurements, chest, waist, hips, were perfect. There was not a single flaw on her face. Eyes, nose, mouth, skin... all were beautiful. But when all those beautiful parts came together, the result was a kind of beauty that attracted no one, not even me. I could not place a kiss on that beautiful but bland face. Intimacy with her was just adequate. She was gentle, simple, a true country girl, and I sensed her pretense and feigned effort.

In the early days of our marriage, she used to talk to anyone, anytime, but her stories always revolved around the house, the neighborhood, and the market... Her vocabulary was no larger than that of a five-year-old child. I listened with a cold face, and she stopped talking. From then on, she only quietly waited to hear the few instructions I gave to her each day. Her clothes were mostly chosen for durability, just a few styles: turtlenecks, ruffled collars, lotus collars… If she blended into the crowd of provincial women, I wouldn't even recognize my own wife, and as for what was underneath those layers of clothing, I only knew in the most general sense.

She did not know how to love, did not need love, did not know sadness, she only admired, worshiped, obeyed. Simply being allowed to serve her husband was enough to satisfy her; at least, that's what I guessed.

It was unfortunate for her. Had she married some modest, ordinary man, both might have been happy, chatting endlessly about trivial things. If the words pleased each other's ears, that was happiness. I, on the other hand, was allergic to nonsensical stories, dull words, or those that were too sharp with their words..

My wife was not the kind of woman who would jump around demanding equality, from the bedroom to the living room, from the kitchen corner to the garden, insisting on "what's above stays above, what's below stays below." But if only she had not trampled on everything, including me as the girls in the novel did... who knows, maybe I would have needed her, even just a little.

I was always passionate about reading everything from the finest to the most ordinary.

In truth, a wife and the iron plank bed were just for me to lay upon, but books were my true companions, a yearning far deeper than the mere desire to rest my body.

I knew foreign languages and liked stories, romantic films, classical music, country music... so my dreaming was never confined to the bamboo hedges of the village. Sometimes I became obsessed with a girl inside a novel, wishing to throw her down, rub my face against hers, kiss her hungrily down to her very bones.

Having never kissed, I craved it.

And that girl was a vision to behold.

What she had was only that thick, pitch-black, bewitching hair, a little careless, a little wild, not smooth or styled, as if she had just stepped out of bed, only ran her small fingers through it, pushing it this way and that, playing with it, twirling strands around her fingertips for no reason at all, except to leave me dazed. Her slender fingers, the delicate hands of a girl who had never done housework, were long and smooth because of it.

Her buttocks and breasts were full and round, her cheekbones a bit high, the kind my mother feared: "high cheekbones kill husbands." Her eyes and nose were ordinary, but her skin, not fair (the beauty standard of this small town), was dotted with the acne of adolescence. And yet she was enchanting. A serene, confident, innocent, gentle, bright, lively grace radiated from that face, like an excellent book that I savored slowly, page by page.

It was a face with character, with effortless charm, though I would not call it beautiful. The things in her that captivated me meant nothing to my mother. Mother cared only about wide hips for easy childbirth, a full face that would bring good fortune to her husband, a compatible age. That was what she sought in a daughter-in-law.

As for me, I never knew such a person existed, a girl whose every page I wanted to turn, slowly, passionately, discovering her little by little. Perhaps I was already in love with the spine of the book before even reading it.

She did not flaunt the alluring curves hidden beneath her well-cut clothes, but she was careless, carelessly letting them stab into my eyes, day and night.

In this provincial town, I know every beauty, but I never cared, whether in my youth or even now. Yet somehow this girl with only modest looks shook me. She appeared as if she had stepped straight out of a book, pressing her cheek, her lips, her whole being against mine, separated only by a few millimeters, the thickness of the glass pane.

I was stirred, by her face, her body, her figure.

She leaned her hair, her face naturally against the glass frame. I leaned in, tracing my finger along her sharp, "widow's cheekbones", her full, soft lips that stirred in me a hunger of flesh, a longing of bed. A few windblown strands of her dark hair floated loose, and her breasts, round and full, pressed against the thin fabric of her shirt.

Not knowing she was being watched, she kept laughing and talking with the children, her smile blooming like a flower, crisp and bright like breaking glass, a child's laughter on a young girl's face, refreshing the four-generation-old house.

And that face, only a few millimeters from my fingertip, the thickness of the glass, yet impossibly distant. I traced my finger along her full, unpainted lips again and fell into a fever of desire.

I pretended to be sick and didn't go to work. I locked the door and sat by her, separated only by the glass, delighted and tormented at once. She had no idea someone was watching her with breathless fascination.

Truly, I was just a clumsy rich man's son, able to live in leisure without working, and so easily forgot that she desperately needed a job. In truth, in my delirious, love-stricken nights, I had already mapped out her whole life. I had more than enough money to care for her, to provide food and shelter. She only needed to sit there, for me to look at her; to sit there, for me to dream; only dreams, only desire. There was something on that face like a fragile mist, translucent something that would shatter at a touch. Just one finger reaching inside the fabric, and I feared the childlike smile would break, break beyond repair, impossible to gather back again.

I laid on the floor to be closer to her, as close as possible with only the glass between us, unable to share a blanket. My whole body trembled. I didn't dare sleep. Pressing myself against the pane to be nearer to her body, still few millimeters apart, I began to sink into a haze of suffering and dream-filled longing...

For ten days, I only slept when exhausted beyond limit. The rest of the time I just watched her... and dreamed of having her in my life. Beneath that thin shirt was surely a warm, yearning body; beneath that mysterious, drifting hair was surely a witty, gentle mind...

I drank coffee endlessly to stay awake, to watch, to dream. Because the girl from my subconscious, from my desires, from the pages of the books I cherished, was stepping out into my life.

On a weekend morning, waking from a heavy, half-dead sleep, I saw only four feet sticking out from the blanket. I jumped, ran out, and asked:

"Where is Miss. Nguyễn?"

"She didn't get the job. She bought a bus ticket and went back to her hometown. She asked me to send her regards to the owner."

"Where is her hometown? Do you have an address?"
"No."

I felt hollow and stunned. I ran to the bus station, hoping to see her, but she was gone. It is hard to forgive myself, only admiring from afar, though fully capable of caring for, yet timid, hesitant, foolish enough to let her slip away.

And the guilt, how would she survive in this harsh world?

Returning to sit at the old desk where my grandfather and father once sat, I drowned in a daze of sorrow, drinking in every flavor of pain, heartbreak, disappointment, and weariness. Each night, lying alone on the ironwood plank bed, I missed her every single minute.

I thought I would never heal, thought my life was over, thought I could not go on living.

But…

Time eventually faded everything, and I went back to carrying on my father's business, being the husband of my bland wife, the master of the house with the wide verandah for stranded travelers…

And time went on…

Life became ordinary again, like everyone else's, without the happiness of a true marriage, but I grew used to it. Now and then, she appeared in my dreams; I would wake up, and cry.

****

One morning, thirty years later, a woman stood looking at the house and looking deep into my eyes while I was watering the flowers. Looking back at her, I saw she did not lower her gaze or turn away in embarrassment as women normally do… she simply cast upon me those glistening, fathomless eyes… enough to make any man who was not entirely heartless have to approach and ask her:

"Why…?"

"Are you the owner of the house?" "Yes."

"May I come in for a cup of tea?"

And so, I met the girl behind the windowpane, under the veranda of my house, thirty years ago. I trembled, covered my face with my hands, bowed my head, begging myself to stay calm. Was this not a dream? Was it truly her? Not some mistake of the senses?

How many times had I told myself that never meeting her again would be a great misfortune... I had always wished to see her again, even though my youthful infatuation had cooled with age and time. Yet always, always I wished to see again the one who had bewitched me at twenty. The older I grew, the stronger the desire became, blooming like a flower, waiting to fade only after being satisfied.

Who was she, that she had blocked every path to love within me since then... It was not her fault, it was my misfortune, falling in love out of season.

I gazed at her, drank in her distant, tear-filled eyes.

She had come seeking her own twenty-year-old self, and I was merely a small brushstroke in that painting of her youth, or so I guessed. It did not matter.

She had matured beautifully now. Her thick black hair

was still there, now dusted with strands of gray. Her skin no longer held the blemishes of adolescence, but bore a few lines etched by time.

She was single. My wife had died. And though I no longer loved with the wild intensity of years long gone, that strong wine of love had slept soundly ever since her. And yet, I felt overflowing happiness to see her again.

I sincerely invited her to stay at my house. She answered with a graceful tease: "After thirty years of struggling, I've finally managed to acquire all the legal documents needed to rent a hotel room. When you have time, come visit me there."

I insisted gently, guiding her toward my car:

"Come on, get in the car. Let's go to the hotel to pick up your luggage and bring it here.

We have so much to talk about."

She sat beside me in the car, smiling sadly: "Your blue Ford… It's gone, isn't it?" I froze, staring at her for a long time, speechless. She saw the sadness welling in my eyes.

I led her into my private room, arranging a place for her to sleep on the ironwood plank bed, without her knowing that she was lying exactly where I had dreamed of for thirty years. I had bought two pillows, one meant for her; sometimes, I would pull that pillow into my chest and hold it tight in longing.

Back then, I hired a whole team of builders to construct, for my wife, a lavished room, gaudy, colorful, covered in floral patterns, dragons and phoenixes dancing, the furniture gaudy like a royal palace in a Chinese drama movie. I bought her gold and jewelry to wear all over her body, a wardrobe full of crisp new banknotes, cheap melodramatic films, sappy cải lương music... That was what my wife liked. She eagerly busied herself decorating the room to make it increasingly flamboyant, counting money, and enjoying the "spiritual food" I paid others to supply for her regularly, not caring about the notion of being 'out of favor' with me.

My wife had never known what it felt like to be 'favored,' so she also had no idea what it meant to be 'out of favor.' I gave her what I had my wealth and she was satisfied, day after day content and happy in that garish, flamboyant room, without me.

On the days my wife stayed in my room, she had to endure the foreign classical music I listened to, the films I watched... She must have found it dull. She said, "Thank you for indulging me and my tastes." I said silently to myself: I can buy you the whole world except myself.

She had known for a long time about the red hair

ribbon and the photograph of Nguyễn in my wallet, yet she never questioned it or felt sad about it, as if it was simply something she could never understand, like the countless other things that belonged to my world. As I've said, if she could serve her husband and her husband would be pleased, that was her fulfillment.

Ever since Nguyễn left, I swore that no one would ever lie on the bed, no one except me and the memory of her. I asked for my father's and grandfather's permission when watering the bonsai tree he planted, which I believe has a soul just like this ironwood plank bed. Father had said that each child in this family must be born upon this bed, crafted by the skilled carpenter grandfather hired, and grandfather had been proud of it.

She was the lost, unfortunate bride meant for my father; he had told me to search for and marry her. But the world was vast, and I thought she was gone forever.

Tomorrow, I would ask her to water my grandfather's bonsai tree, and I would whisper to father and grandfather: "The girl I have loved and longed for has returned to lay upon the ironwood plank bed."

Tonight, her hair rested on the pillow, while I wandered foolishly, stirred, in the living room and the garden.

Unable to sleep, I walked around the garden, my eyes

always drawn to the room where she lies. I wished she, too, could not sleep, that we might stay awake together. I wished I had the courage to ask her to lie beside her on the ironwood plank bed.

I stood at the door for a long time, hesitant, then finally knocked. She opened it. I guided her to the bed, carrying two cups of fragrant coffee:

"You must be tired from the long journey, just lie down and rest. Let me sit here beside you, read my book, and have a cup of coffee with you."

I said this as I pulled over a chair, book in hand, sitting beside her before I could be refused.

I wanted her skin to leave its imprint on my clothes, blankets, and pillows, so that they would become eternal keepsakes. So, when she washed and dried her clothes in my machine, I adjusted the dryer so they could never fully dry, and I lent her pajamas instead. Watching her curled up in the blanket that has wrapped around me every night, small inside my oversized sleepwear, I felt a tender ache for her innocence, she had already been fooled by me many times in just one night.

I told her all sorts of stories so she wouldn't get sleepy, and asked her about her life. Our faces only span apart, I could smell her womanly scent, sweet and alluring. Through her blanket, I swept my eyes over her, silently scolding. How could she be so oblivious? She saw me sitting here, exhausted, yet didn't invite me to lie with her; the night was cold, the blanket was wide, and yet she didn't share it with me.

We stayed awake talking in my warm private room, and tonight she laughed and spoke so much:

"Go get the fruit you bought this morning, let's eat together. I haven't eaten this fruit in thirty years, only frozen fruit."

"You dare to order your husband around?"

She laughed brightly, sitting wrapped in the blanket. My shirt was loose on her, and the top button was missing. Actually, I pulled it off five minutes before lending it to her. She clutched the collar with one hand, afraid someone might see inside, and I straightened the shirt for her:

"What are you afraid of? Only your husband is here, and your husband has already seen everything, long, long ago."

She blushed and laughed. I fed her bite by bite, brewed tea for her to drink, gave her coffee at night, then more tea, plotting to keep her awake with me, and she innocently drank it all.

Late at night, eating snacks and talking nonsense on the bed. Those are things only lovers or soulmates do. I wished it could last forever.

Near dawn, I held her in my arms, laid her gently on the pillow, drew the blanket over her, kissed her hair, and whispered in her ear. I teased her when my face came within a few millimeters of her lips:

"My shirt hasn't been washed in a while… the blanket too… sleep well with your husband's scent, okay? There are lots of ghosts in this area. If you're scared, call your husband. The bed is wide, you know."

She shot me in a sharp side-eye, her eyes curling at the corners.

I brewed more coffee and stayed awake, cherishing every minute beside her. I had a whole lifetime to sleep, but who knows how many nights would be as wonderful as this one. She slept soundly. A few strands of hair fell across her cheek. I drank in every imperfect line of her face, yet to my eyes so graceful, so feminine. I wanted to kiss her, more than that, but hesitated. I only flirted playfully and prayed that she might fall into my arms. Sitting there watching her sleep, I remembered the twenty-year-old girl outside the glass window who once enchanted me. And I began to think: How can I convince her to sleep beside me forever, for a lifetime, on this ironwood plank bed? Her decision would mean either immense happiness or multiplied sorrow for me.

The next morning, I waited for her in the flower garden with a pot of hot tea. She smiled at me with her eyes, and I was intoxicated again, looking at her freshly washed hair, remembering the graceful girl by the shallow river, thirty years ago.

"Did you sleep well?"

"I didn't sleep at all. Sad."

And I flirted with her using someone's verse:

"To love you today is already to miss you tomorrow."

She ran her fingers along my black Ford and said softly: "Why isn't it blue?" I froze again and looked at her. She ignored it, stood up, and poured two cups of tea. I stubbornly held her face in my hands, brushing my fingers through her freshly washed hair that smelled unmistakably of my own shampoo.

"I'll repaint it blue, if that's what you want."

She smiled with her eyes again, saying nothing. Her gaze could speak a thousand words.

Living with my son and daughter-in-law, they discreetly stayed out of sight when their father had a guest who seemed… special.

She and I cooked together, shared meals, went to the market, cooked again, drank tea, played music, listened to old songs… the distance between us dissolved by the minute. The next day, I drove her into town, then out to the countryside…

By evening, I took her to a shallow river. Her eyes drifted far away, tinged with sadness.

"I used to bathe here," she whispered. "I know."

She stared at me, startled, her eyes narrowing slightly.

"How do you know?"

"One time, when you and Chị Duyên's whole family suddenly disappeared, I drove here. I guessed that Chị Duyên brought you to bathe and wash clothes. Didn't you notice I drove right to the spot where you were bathing? I was sitting in my blue Ford, with the windows tinted, you couldn't see me, but I could see you."

I leaned closer, teasing:

"And I saw you bathing. I saw everything. Naughty girl, bathing in the river without a

top."

My eyes swept slowly over her body, lingering on her breasts. She turned away, dodging my mischievous gaze. I cupped her small face in both hands and pulled her close. My longing for a kiss, on those plump, unpainted lips, was wild, desperate. But I didn't dare, even though I was no longer that naïve twenty-year-old boy.

She laughed out loud, shattering the fragile awkwardness between us, the same clear, bright laugh from long ago. I didn't know whether she laughed to dodge a kiss or because the man before her was utterly reckless.

"You surprise me."

She stopped referring to herself as "tôi," meaning we had grown closer. And I, shamelessly, pressed on:

"If you beg me, I'll tell you many things about you."
"About me? Then beg? Fine, tell me."

And I told her everything. All of it. Until the night grew thick around us. I felt guilty about letting her step into a life with no rose-colored promises in those harsh subsidy-era years, about the desires, the dreams, the ten days I skipped work just to watch her face and figure through the glass, about the heartbreak when she left the house, about the guilt of letting her step into a life with no rose-colored promises in those harsh subsidy-era years, about the ironwood plank bed where I told my wife to sleep in another room for a whole year, just so I could lie there dreaming of her…

I showed her the red hair tie she had dropped in front of my veranda thirty years ago.

Something I had pressed to my face a thousand times,

something I had slept with on my chest beneath my hand. The red hair tie had lain in my wallet for thirty years. Once, when I forgot my wallet at home and asked my father to bring it to my office, he handed me the wallet, and with his other hand, he gave me the red hair tie. He looked at me for a long, heavy moment. He knew I loved someone.

It seemed my father regretted having forced, chosen, and hurried my marriage too soon. Because I was the only son, destined to provide many grandchildren for the family. And he knew the woman he and my grandparents had chosen, diligent as she was, was not the type I could ever love. Perhaps out of that regret, not long after, he handed me the keys to the safe.

"You decide everything in the house and the company. Do whatever you want. I will only support you," he said.

A few months before he died, one evening as we drank tea together, he told me: "You live only once. If you love someone, then go to her, even if you must give your wife half of my estate."

I turned away, crying so hard my whole body shook right in front of him, yet where could I find her?

Hearing this story, she became quietly sorrowful and asked for her red hair tie back. I, desperate to have her in the last years of my life, refused.

"This is the bride-price for our marriage. Or else it

will go with me into the grave. As you once said, we only spent ten days near each other, and barely spoke, so how could I love you so much? But those ten days, for me, were more than what many men feel in a whole lifetime with their wives. I only slept when exhaustion overtook me; the rest of the time, I watched you, day and night, because I loved you. If someone says I only loved myself and the thrill of my first infatuation, that might be partly true. But I earnestly want you in my life. We don't have much time left. Come live with me."

She turned away, her eyes wet. My heart tore apart. Something felt wrong with my late confession.

"After that," I continued, "my father fell seriously ill and passed away. I had to carry the whole family, run the business, and handle endless responsibilities. The burdens dulled my longing for you. And time… time was a thief."

She said: "You were bold, watching me bathe like that. I never knew. But there's something else… just a fleeting moment in a long life, yet sometimes your eyes that afternoon made me sad… and wistful… for an entire lifetime."

"What afternoon?"

"When you sat in that blue Ford, just a few steps behind me, watching me the entire evening, the last evening, while I sat alone in front of your veranda. Truly, I didn't know, because your car windows were dark… but because you were greedy, maybe wanting to 'see me without any filter,' you rolled the window down. You thought I didn't know, but I glanced and saw your wild, feverish eyes watching me. I pretended not to notice because girls like to drink in that kind of adoration. We just act as if we don't see it, to let men stay bewitched.

Girls often pay a terribly high price to receive a longing, hungry gaze from someone. I didn't try to attract attention, but I picked up that gaze, from a handsome, rugged, heroic man like Tiêu Phong in the Wuxia stories… and that was you. I didn't love you yet. But sometimes, I still remember the fevered way your wild eyes looked at me when I was twenty.

There was a time, at a vintage car exhibition, when I saw a blue Ford probably from the same production year, restored until it looked brand new, like your car. I stared at it for so long the owner became puzzled, and I said:

"There was once a young man sitting in a blue Ford, secretly gazing at me with mad longing in the old days."

And I cried that night.

It wasn't quite crying because I missed you, just pitying myself. Because after you, no eyes ever looked at me with such longing again.

When we're hungry, we often think of delicious food.

I was hungry for affection, starving my whole life, so I

kept remembering the gaze of the young man who adored me.

My former husband came to me only because of his necessity. Worse than that, I had been deceived. I lost my youth, my middle age, my older years… so throughout my whole life, I had only your gaze to remind me that once, just once, someone had been passionately drawn to me when I was twenty.

The next morning, I intentionally waited for you so I could say goodbye, but I didn't see you. I spent an entire day on the long bus ride back home, never having felt such sadness before, not sadness because of a man, but because I had just stepped into life and already my future felt so dark, long before I knew what it meant to grieve over love. "If only I had seen you the morning I left." I said.

"To do what?"

"I would have persuaded you. I had prepared a whole speech in my head, waiting for the chance to say it. But at twenty, I was too shy. Before I could say anything… I had already lost you."

"My money was bountiful like the leaves," I said. "I could have bought you a mansion to rule over it, and rule over me. Just stay there so I can worship you. I wanted to take care of you for a lifetime. I wasn't some shallow rich man, I had enough strength to win over your intelligent mind. I believed that. My love was endless; I only wanted to give you a life of safety. Your lonely figure under my eaves, leaning your head against the column, sad and alone, the golden sunlight on your hair, beautiful like a painting, stirred in me an endless longing to care for you. I even planned to give my wife the four-generation ancestral house, and a great sum of money, just to buy my freedom to marry you."

"It was like a winning lottery ticket," she said softly, "a destiny I was not meant to receive, right at the moment I stepped into life. You cannot imagine how hard my life was after that, completely on my own."

"Lonely, you had described me. And I agreed, that word fit my entire life. My family, like many others, believed that once a daughter finished high school, she was on her own. No more support. Even though my father was a successful art painter, wealthy, in fact."

"I went to university, worked at a raincoat factory at night to pay rent and support myself.

Studying was hard, but stepping into life was even harder."

"When I graduated, they assigned me to teach in a remote, desolate place, nothing like the poetic scenes in novels. Every morning, I had to cross wet grass swarming with hungry leeches.

They crawled into my clothes, terrifying. At noon, the

sun burned my skin. During the rainy season, I couldn't even see my own feet because of the mud. I arrived at class filthy and soaked. For food, I often chewed dry instant noodles because cooking required firewood, and the wood was wet, the stove was wet, and it took days of sun for the wood to dry. If it dried, the rain came again. Oil for lamps had to be bought in the town market, ten kilometers away, too heavy to carry much, so I bought only enough to light the shack. There was no electricity. I had saved up enough money, years of studying and working, to survive for a few years, but to buy anything, I had to walk ten kilometers. Life was like living in the wilderness, there was nothing. Even if I wanted to buy a bicycle, there were no roads to ride it on."

"My classmates wrote letters to check on me, and that was a great joy to me. I replied to my friends and grandly declared:

"I have a path of my own."

"A lonely path that belongs to no one else..." "One must create a road for oneself..."

Because the wild grass grew up to my waist, I had to trample it down day after day to get to class. After walking over it for so long, it became "A path of my own."

But that path of my own was rugged, only walkable, impossible for a bicycle. Living alone, no girl dared to stay there; only young male teachers went to that remote place to teach children so they wouldn't have to go to military service.

There was a small and abandoned shack once used by farm workers. I cleaned it up and made it my home. Otherwise, I would have had to live with six male teachers in a single room assigned by the school, separated only by a fabric curtain. It was more inconvenient for them than for me, because we would have to hear every cough, every breath, every word of seven people, some barely over twenty, some underage. Summer noon was unbearably hot, but no one dared loosen their clothes to cool off, because men and women were living together, so I decided to live alone.

Every evening near sunset, loneliness twisted my soul; nights were even more desolate because there wasn't a soul around.

One night, I lit an oil lamp. Rain and fierce wind blew through the flimsy leaf walls and snuffed out the flame. Feeling around in the dark, I couldn't find the matchbox. The night was vast, wild, pitch-black. Rain drummed on the leaf roof, the reeds outside hissed in the wind.

Terrified of ghosts, I trembled through the whole night, while my thin blanket became soaked from the leaks above. If I had had a mobile phone back then, I said I would have called any of the male teachers to come just so I could hold someone, because the fear was overwhelming.

I lay there waiting for the first light of dawn. Ignoring the rain, I bolted toward the bus station to go home, and reaching the bus station required half a day of walking.

It was raining, so no one noticed my tears.

Because I abandoned my job, I lost my household registration from the government. My parents, terrified of the local police, said a few words that felt like disowning me, and that pain stayed with me for life.

I wrote letters to my school friends asking about job opportunities. One replied, inviting me to her hometown to teach children. They were hiring and offered to let me live with her. It sounded perfect.

But when I arrived, that friend had already abandoned the job. Heartbroken, I went to the bus station, where I met Chị Duyên, the street sweeper, and asked about renting a hotel room for a night so I could buy a bus ticket home in the morning. Chị Duyên said hotels wouldn't take me without a household registration. I burst into tears, without household registration, how could I get any official document permit? Maybe because I looked like a schoolgirl and was crying, Chị Duyên took pity on me and said she would take me home after work and let me stay for one night, then help me buy a ticket in the morning.

That night, I confided everything just as I had told you.

Chị Duyên and her husband tried hard to find a job for me, submitting applications to several companies. They told me to wait for the review. I waited ten days without an answer. I couldn't wait forever, so I went home. I had enough money to rent a long-term room but I couldn't, because I had no household registration.

Home was not a warm place that sheltered or welcomed me. But I still had to return. That has been the greatest pain of my life.

And life split into cheapened paths, paths of sadness, tragedies layered upon tragedies because I had no protection when I first stepped into the world. And the tragedy kept unfolding, even now.

At the end of my parents' lives, my mother regretted everything. Every afternoon on New Year's Eve, she cried when all the children and grandchildren gathered, except me. I understood, sympathized, and showed them love through my money, but the pain remained endless.

Back then, if you had simply brought me into your father's company so I could have a household registration book, I would have followed you already. If you had given me a passionate love on top of that. And you were handsome and rugged like Tiêu Phong from martial-arts novels, the type of man I liked. Girls in small towns adored you; surely, I would have loved you too, if my heart hadn't been so fearful because of your wife. I cut her off.

"Thank you for flirting with me. I'm already melting here. From now on, you can do whatever you want to me without asking permission."

She laughed, her laughter still crisp like shattering crystal.

"Before that... my heart was an empty garden. I hadn't loved anyone yet. Though there was someone who loved me deeply, sincerely, with all his soul. I'll tell you about him someday. You and that person, two men in my life who have ever loved me wholeheartedly. Only two."

"Tell me now. I'll be jealous, but I want to hear."

"I was fifteen; Cường was twelve. Chubby, fair-skinned, adorable. We were childhood best friends, going out, snacking, talking nonsense for hours every day... When I turned eighteen, still naïve for my age, Cường had already learned to love. And he loved me fiercely. He took care of me in every little way. I didn't reject his love, but I didn't accept it either. We just kept going out every day. We each had a bicycle; we rode everywhere together. With money from his grandmother, Cường loved finding beautiful fabrics, having clothes tailored for me, and enjoyed watching me in new outfits.

One day, his father came to find me and said: 'This love won't go anywhere. I care about you, but I must tell you, you must stay away from him.'

The most terrible thing for Cường was when his father came to my house, pressuring my parents to force me to leave him. And my father scolded me relentlessly, day after day, more than any young girl could endure. Seeing the girl he loved being tormented, Cường was helpless.

So, right after finishing high school, I chose a university far away, far from home, far from Cường. I found my own work and supported myself from then on. Cường resented his father, ran away from home, and died at just eighteen, killed in an accident while learning to drive a truck. His grandmother later told me that he had begged her to buy him a transport truck and was learning to drive so that he could have a career, so he could marry me, support me.

Cường died. And I disappeared from the small town. No one knew where I went, not even my own family. I only returned when I was nearly fifty. I heard that Cường's father cried, begging my parents to find me, so that I could attend his funeral. My mother also cried… because she had lost a daughter she said was "younger than her age."

Our story had once stirred our hometown. The tragic love of two children, who never even held hands, yet were torn apart because of two cruel fathers and fate, who led one to die and the other to move away.

In a way, Cường's death was partly because of me. I received the news when I had just finished University. I grieved for a very long time.

If Cường had not died, I would have looked for him. I did not yet know what love was, but I only wanted to be his wife. Cường had that way of tending to every bite of food, buying clothes, washing each of my clothing, just like you did. He was domineering, too, just like you were, always telling me what color to wear, where to go, what to eat, every time we went out together.

This morning, when you chose clothes for me without asking whether I like them, even declaring, "As long as your husband likes it, you don't need to question anything," And when we got home, instead of using the washing machine, you washed them by hand, saying you didn't trust clothes hung at the shop, that they might be dusty. I was touched, loved you even more, and suddenly remembered Cường.

I never missed a chance to flirt with her:

"I need someone not only to care for me, but also to love me. Do you know anyone? Find me a bride."

She laughed brightly. I pulled her face close to mine again; I love cupping her face in my palms. Warm, intimate. Of course, I want more, but I don't dare. I fear she will confuse me with other ill-intentioned men.

"I went to visit Cường's grave," she said, "and told his spirit, 'I love you. See you again.

We will keep going out together forever in Heaven.' I'm sure he wanted to hear that from me. Cường loved me too early, but I only loved him when he had already died.

Throughout my turbulent life, each time my ex-husband stepped on my wounded heart, I called out his name and cried. You were a poetic flutter of my youth, but Cường was the only shelter in my life.

I dreamed that you, Cường, and I would be entwined every minute together in Heaven.

The two men who loved me with all their hearts. In this life, all three of us had been too unfortunate.

When you and Chị Duyên told me that, for thirty years, you've always kept a warm place in your heart for me, always caring for me, always remembering me. I was so moved I almost cried.

Maybe my parents, or even my child, have some affection for me. But I don't feel any tenderness or care from them. There are only two people on this earth who do that for me, you and Cường.

I've heard that, up there, there is no marriage. So the three of us… We're family to one another, all right? Or, to put it another way… I'm greedy. I want to stay forever with the only two people who love me the most."

I did not feel jealous; instead, I felt compassion for that boy. I understood. She was like a wildflower, fragile, simple, alone, fragrant, choosing to grow close to the ground beneath other blossoms, not suited for those who love glitter or grandeur. Only men like Cường and me could love her.

Yet I was deeply sad, heartbroken, loving her without limit. I had lived a life of abundance, while she struggled her entire life. No happiness. And I knew I would regret forever… the woman of my dreams.

Then she said: "You only look at me, but you don't really know anything about me, whether in the past or now. I have so many flaws. This body you adore has been reshaped by time and will only become worse… worse."

"No matter how far time goes," I answered, "I will always see you at twenty, slender, leaning your head against the pillar under the eaves, golden sunlight on your hair. And of course, your feminine face and figure, those are the marks engraved in my heart. Loving you was the lightning strike that shattered my life, once and only once. It's not that I tried to stay faithful to you. I simply could never love anyone else. Your shadow is too large.

There was a time when I tried going out with a beautiful woman, but I had no idea what to say to fill even a few hours sitting together in the car. Yet with you, I wanted to talk, I wanted to listen, and I even enjoyed it when the two of us were silent together, being beside you was already overflowing with happiness.

Through Chị Duyên, I went to the places where you applied for jobs, asking for your application. The only photograph I had of her was an awful one from your ID card, inside your job application. But I kept it all these years."

I showed her the blurred copy I had hired a photographer to reproduce from her file. "Loving you," I said, "I only knew how to look at you and forgot everything else, like taking a picture of you through that glass window. I had multiple expensive cameras people said could capture the soul. And when Chị Duyên told me you needed a job, I didn't even think to leave you for a few hours to plan your future. And when it came to telling you I loved you, I was even more afraid. At twenty, I was foolish, and I paid for it with decades of longing and regret.

If you had flaws, I would coax you into changing them for me. And if you were stubborn and refused to listen, then I would become frustrated with you. I'm determined to stay with you, whatever the cost."

On the way back, riding the motorbike, I reached back, grabbed her small hand, placed it on my waist, and held it there. She pulled away, and I warned:

"You still have one more hand, put it in my waist. If not, I'll use both my hands to hold both of yours."

"Don't," she said. "The road is dark and bumpy, use both hands to steer." And then she wrapped her arms around my waist, warm and tender. I shifted closer, pressing my body against her back. She gave a gentle, kind smile, and I was overwhelmed, terrified by how deeply it shook me.

When we reached an ancient tree, the night pitch black, the world already deep into darkness, I stopped the motorcycle and whispered, into the wind, into the night, into the unseen spirit of the unhappy man that I was, and to her, the one woman I had ever truly been enchanted by:

"Stay just like this. Repay your debt from making me miss you all those years." She smiled softly again, rested her cheek on my shoulder, her arms circling my waist. Neither of us said a word for a long time. It was perhaps the most emotional moment of my life. I also sensed her heart beating out of rhythm, quickening, her breath trembling, I felt it all. The night was desolate. Only our two bodies pressed close together in a remote wilderness, with insects whispering around us...

An ache rose in my throat.

The twenty-year-old girl with the wild hair, the sun-darkened cheeks, the faint traces of teenage acne, the thick and tempting lips. She was now pressing her warm breasts against my exhausted back. How had she not stayed in my life from the moment I came into adulthood?

Why did she disappear like the wind just when my heart was storming with passion for her? And why had she come back now, laying those warm breasts on my back, turning a man so poor in happiness to complete sadness?

Late at night, we returned home. I begged her to let me sleep beside her on the old ironwood plank bed on which I had spent years dreaming of having her in my arms. She cried in my embrace as I held her tightly. I understood then what the word heartbreak truly meant, pain so sharp it felt like my insides were tearing apart.

She tried to smile with her eyes, always shimmering with tears, always sparing with words, yet every word she did speak bloomed with grace.

I enjoyed pressing my face to her cheek, inhaling the scent of her skin, just as my mother used to kiss me when I was small.

"You have such a beautiful, gentle smile in your eyes, both then and now."

"Only you and my children ever get to see the real me, without any masks, because you love me. With everyone else in life, whether they're good or bad, I only show a face shape to fit that moment. Usually, I smile brightly to break the silence because I only speak when it's truly necessary.

I held her, held her hand, everywhere, every moment inside the old house. In each other's arms, I held the youth we once had, the wild, fierce love of our twenties, and I also held the old age of the two of us.

We both knew we would never meet again, so we clung to every minute, stayed awake through the night…

For the first time, the scent of a woman's warm, alluring breath rested on my shoulder. The next day, and through the entire week together, I took her around town; she was as gentle as the kindest wife.

I strummed the guitar, old foreign classical melodies, wistful and trembling. She listened with wet eyes when I said that long ago, I used to sit and play, staring out at the veranda where she always sat, thinking of her and wishing she were beside me to hear my music. I never imagined she would one day be lying here, sitting here, beside me.

To hide her tears, she took the guitar from my hands. She sang and played a few sentimental, cheesy songs that perfectly matched the mood. I cupped her face in amusement. "My little sentimental girl who vanished from my youth only to appear again in my old age and shake me to the core. Later, if I ever hear these cheesy songs again, I know I'll miss you endlessly."

I have many guitars but I only play this hundred year old guitar. I told her I want to give it to her. She said she will hold on to it every day to remember someone who has been holding it for thirty years.

We cooked together, peacefully as a happily married couple, like a romantic melody. She washed the dishes; her black hair streaked with silver collapsing over her thin shoulders; a few strands brushed across her cheek. I drank in every imperfect line of her face, overflowing with femininity, the girl who would forever remain twenty years old in my heart. I was also drawn to her composed, elegant, warm manner, just enough warmth, just enough gentleness, a hint of tomboy at the right moment, a touch of lady-like grace at the right moment, more refined than most women in this small town.

"Come live here with me. I'll cook for you, spoil you every minute. Whatever life has taken from you, I'll give it all back."

She put down the bowl, wrapped her arms around my neck, stood on tiptoes, and pressed her tear-wet face long, so long, against my cheek and lips.

"I wish I could… but I still have burdens. I have two children, over twenty years younger than me, but childish, helpless, or unwilling to help. I must carry myself and carry them. I am always in the position of holding them up whenever they fall, patching broken things for them, literally, not their souls. No one can mend a broken soul for anyone. Only God can. Throughout my life, at twenty, thirty, fifty, I have taken care of myself completely, and it has been harsh, exhausting... truly no one has ever held me up. Not my father, not my mother, not my siblings, not my husband, not my children. Not once.

No one has ever made me a cup of tea when I was tired... no one...

Do you see how cruel destiny has been to me? If I had left your veranda just a few hours later, to say goodbye before I went away, maybe I would have been carried by your arms for a lifetime.

And only you know a few fragments of my life, because I don't like confiding in anyone.

Maybe it's because I've never had a soulmate, like someone here... or maybe if I never say it even once, then I'll die with everything in the ground, and that would be so tragic. At the end of my life, I long to be beside you so much. But... but I can't.

Tomorrow, and all the days after, I will walk alone again. And I will miss you so much. And you... I know you can't leave this old four-generation home with its soul, or the company with hundreds of employees waiting for their salaries. You can't fly across half the world to live with me. You also have burdens. We cannot live together."

We held each other tightly without words, letting our endless sorrow fall onto each other's shoulders.

On the final morning, I pressed her resisting hands down onto the ironwood plank bed, kissed along every tooth, kissed her lips until they were overflowing, kissed her large, dark, sorrowful eyes, her bright skin no longer marked by the pimples of youth, her hair now streaked with the silver of time… then I pulled myself up abruptly, because if I didn't, I would lose to myself.

I took her to the bus station.

She, the girl of twenty, the woman of fifty. She slipped into my life for a moment. And this day, she took flight again. Forever…

Despite the curious stares of provincial strangers at the station, I held her tight, burying her sad face in my kisses, until I no longer could.

The bus pulled away, the four eyes locked on each other, spilling tears. I wished, with all my being, for death.

*****

SONG 52

(she sent it for my 52nd birthday)

I wander, bewildered, searching for half of me inside you.

but that has slipped away.

still, I must keep walking though the road is long...

"a hundred wounds sometimes turn to numb stone" that much pain, that much sorrow,

rolling me, numb and dull, like a stone.

it seems as though our love has been filled, melted away. only shards of dry bones remain.

with time,

the wounds no longer throb.

only a cold white silence remains.

and I've learned to make peace with myself inside my private room.

I don't know when

you stopped tormenting me.

your smile and your arms once wrapped around me on the days we drifted together.

I take it as bankruptcy. and yet, I must live on.

millions go bankrupt I am hardly the only one.

I nourish myself through the days left

with the scraps remaining after that bankruptcy. shed away, completely, every entanglement,

to be light enough to disappear.

but sometimes tears still fall.

like this morning, on a mountaintop, alone. what is lost and what remains

lay only a handspan apart.

happiness and sorrow

separated by a single, fragile hairline. but to cross that line,

to come to you

I no longer have strength. (but if I had the strength, what could I do?)

PRIVATE ROOM

(She sent it for my 52nd birthday)

Mom's room

is like a small boat carrying fallen leaves. each leaf, each leaf,

falls aimlessly, falls carelessly, falls in tatters into the room of mom's life.

how many years, how many months,

how many yellowed leaves, wilted leaves, wasted leaves. it seems overloaded,

yet the leaves still fall, indifferently.

here is a lover's leaf

mom picked up from the days of courting pressed into a book.

steeped with a little love,

a little bitter, a little honey.

buried deep under the bottom of the boat, thick and murky with flowing water, yet it still rises

whenever mom's boat reels in storms, or grows too still.

and this leaf,

small as a button, falling

the day someone unbuttoned the shirt and stepped into life

with the feet of a wild beast.

here, a half-tilted leaf

for a life cracked and broken. and that long slender leaf,

like the color of your lips, soaked wet, greedily clinging to milk-laden breasts when you were a tiny child,

like a little puppy.

here is a leaf

that spreads like your small palm tugging at mom's hair, whining, when you were one or two years old.

and some leaf that fluttered like your rounded lips,

speaking, singing endlessly to mom so much that I

believed

It was one of my five fingers,

never leaving my body.

then a leaf

mom picked from the schoolyard on the first day away from mom,

I am going to draw nonsensical pictures on the floor and gathering fallen leaves

and praying for you to stop crying,

because you had never spent a day away from mom.

then a leaf

I pulled from a branch to strike you

the first and the last whip,

for it hurt mom's heart too deeply. (and so, throughout my life,

you thought mom was a chair for you to sit on, a coat for you to wear when cold,

a money chest that you could dip two fingers into whenever you needed.) and just like that, you walked on mom's legs,

swept floors, washed dishes, raised your children with mom's hands.

and the dried rose petal, kept by mom

on the first day you had a date. mom had glimpsed

the familiar cruelty on that thorned stem

but could not do anything. and from then on,

mom kept searching

for the broken pieces, the shattered pieces that you hid,

so I could tidy them, mend them. people turn toward

the bright colors of life;

my mom had only one direction

to look at you.

and to hold onto my own shadow cast upon the sand, searching within it

for the figure of someone

I once thought would be her hundred-year companion but was not.

SONG FIFTY THREE

(She sent it for my 53rd birthday)

come, come sit beside me, sorrow swarms me, piling high. you do not belong to this world,

you do not belong to the space I live in. tame me, if you wish...

to you I am only one

among countless faces passing through my life. to me you are only one creature

among countless creatures under this vault of sky, but if you tame me,

we will be responsible for each other.

you will be, I will be, each other's only one...

oh, I understand:

there was a little flower, I thought, that tamed me...

nothing is perfect... nothing absolute.

life, ah, is only boredom, but if you tame me,

life will brighten,

like the sun warming all things... and your footsteps

will differ from countless other steps, those cruel steps

that only make me hurry away and hide, beneath the graves

I have already built for myself... you will call my name, won't you...

your voice will be like gentle music, I know it, and beyond that horizon

are fields of wheat...

I don't need bread

I seem to live on dew, living to wait for you...

perhaps you will come, someday... step into my life,

tame me...

and those wheat fields will be meaningless. yet, my dear, they become priceless because you looked at them...

and forever after

the wheat fields will make me remember you,

remember your hair trembling in the wind one afternoon...

tame me, tame me, please...

people do not want to waste time looking deep into each other's eyes, looking into one another's hearts... they prefer to collect, to buy...

they like to purchase ready-made things in the market, where the merchants are.

oh, the merchants are rusting on this earth... they trade fame and profit, wives and husbands, living people, dead bodies...

but no merchant, sells true friends,

so my dear tame me,

there is not a single close friend in life, how unhappy...

tell me, how

can one tame me? first, be patient,

sit a little distance from me, on this grass, like that,

I will glance at you softly, from the corner of my eye... and say nothing,

language sometimes fails, but day by day,

you will sit a little closer to me, closer...

oh thank you for returning,

but don't come so suddenly.

come back at the hour of the day before... so a few moments earlier

I will tremble with expectation

will hear the gentle music of your steps from the far shore of thought

and as the moment draws near my joy will rise and rise...

I will discover the boundless meaning of ephemeral happiness...

but if you come at any time,

I fear my heart will not have time to clothe itself in splendor to receive you.

romantic rites are needed, aren't they? romantic rites

make one day unlike other days, one hour unlike all hours...

yes, then, you will tame me...

and now we part...

oh I am afraid I will cry because I, you said...

you would never wish to make me suffer... yes I know,

so why cry?

I do not know...

but I would trade a whole lonely life

for one afternoon on this grass with you... for my tears exchanged

for one single time, just once,

to hear my heart beat out of time.

how poor, to live a life still watching, but never seeing the golden sheen

of the wheat fields,

to hear the heart beat evenly, those tasteless beats,

and an entire life

of those tasteless beats, then to go away,

vanish without a trace, in this tasteless world.

(adapted from chapter 21 of The Little Prince by Saint-Exupéry)

2. NGUYỄN

People meet each other; they care for each other. That is fate.

I met Chị Duyên when I was twenty.

Thirty years later when I found her again, she said:

I still think of you all the time. My heart still trembles whenever you cross my mind. So many men have said words of missing and longing to me, like what they said. Some lied to get something…

Some spoke casually, like humming a tune when their heart momentarily fluttered at a beautiful scene…

Some spoke lies with such sincerity that even they believed they were telling the truth… Some spoke from the very bottom of their heart. Their soul quivered when they said it, but once the wind passed, they forgot…

Some cast their nets using practiced techniques, every woman a different method; if they couldn't catch mackerel, they'd settle for carp…

Some loved genuinely, with the truest heart, they could sell their blood to buy me a beautiful dress, but when they were too hungry, they would sell themselves, and sell me too, just to eat…

Bankrupt—my trust and faith in people was completely

drained.

But I believe Chị Duyên when she said she loved me like a younger sister. Her eyes searched blindly for my hand and held it, trembling… She spoke, she rambled, as if for decades she had spoken to no one, as if for decades she had not breathed… Chị Duyên was a tragic woman.

She swept trash at the bus station… even though she already had a three-room, two-wing house, the home she once dreamed of.

I said, "you loved me when I was young, lost, and adrift. I never begrudged you of anything. Whatever money you needed to feel secure about the future, I'll give it to you, but please stop sweeping trash."

She poured dozens of gold pieces onto the bed to show me.

"I no longer worry about food or shelter. But I must sweep trash at the station, in case he ever returns, how will he find me otherwise?"

There are so many Hòn Vọng Phu statues in this country, women frozen waiting for their husbands.

Chi Duyên was one of them.

Wandering around together, sitting and lying down here and there, she kept holding my hand, tenderly, lovingly. I couldn't bring myself to tell her this would be our last meeting… and my heart felt scraped raw.

At night, while she slept soundly, I sat beside her in numb sorrow, watching her thin, frail body curled up, that lonely, shivering figure in her solitude of sleep.

Chị Duyên had never experienced even a single night of conjugal passion in her entire life. She had a husband who sacrificed his whole life for her and their two children, to keep them fed, to keep them warm. Just fed and warm. Beyond that, he had nothing left to give her. She had known nothing about her husband all these years, but I did. I knew quite a lot.

Because he and I wrote letters to each other for more than ten years. But then sad upheavals happened in my own life, and I told myself to wait, when I found a moment of peace, I would reply to him. But my letter was returned, and he disappeared without a trace.

He left his wife, left his children, because he was forced to choose only one, and he chose

Thu, the wealthy woman. He promised Thu:

"Give me a large sum of money, and don't ask why, and after that, I will be the exemplary husband you want."

He bought for Chị Duyên and the two children a traditional, beautiful house, exactly what she had always dreamed of, along with enough gold for her to live on. And then he vanished. That was the price for a promise, and he had to pay it for the rest of his life to a wealthy woman.

Was he happy beside a rich, beautiful wife, more beautiful than Chị Duyên? No, he wasn't. I knew that. His heart was shattered. But a vow of loyalty to another woman, he would keep it at all costs. He said it was because he was indebted to her.

Chị Duyên lost sight in one eye yet still swept garbage to feed her husband and children, not because he was lazy, but because he had no way to find work. That's what he told me.

Some people sell their organs to feed their families. But he sold his whole life because he loved his wife and children.

Did he love Chị Duyên? Did he love Thu? "No, he didn't," he told me.

He felt obligated in life to marry Chị Duyên because that was what was expected of him. She was ordinary, nothing remarkable except her kindness and boundless affection. He lived with Thu because Thu helped him support his own wife and children. He carried silent sorrow. Love can hardly grow in such unnatural circumstances.

Chị Duyên lost her husband to another woman, without ever knowing it, throughout her entire life.

Chị Duyên… oh Chị Duyên…

I met Chị Duyên at a provincial bus station when I was twenty years old. With no family or household registration papers, I arrived in a remote, desolate place to apply for a job teaching children. But when I arrived at her house, that friend had already abandoned her post.

Stunned, I dragged my steps in weary sadness toward the bus station to go back.

Back to where? I had no household registration papers.

I was an illegal resident in my own home. Troubles piling upon troubles.

Teaching elementary school, back then, the salary was only enough for ten kilograms of rice, yet I was lost and adrift, needing a job, any job, that could be called "stable" as long as I was allowed to legally push some desks together and sleep in the classroom itself, like my friend had bragged.

How revered that word "legal" was to me at that time.

The day I left, my first time leaving the city where I had lived my entire life, twenty years, besides a small suitcase, I carried an eager heart ready to explore new horizons. I thought, while waiting for my application to be reviewed, I would wander every alley of this little town using any transportation available, horse carts, buses.

But that friend was gone, and I no longer wanted to stay. No more excitement to travel.

A young girl alone, far from home, lonely and scared, only wanting to return back home.

My naive, sad, disappointed face must have stirred something in Chị Duyên, the street sweeper at the bus station, when I asked her for directions to rent a hotel room for one night so that the next day I could buy a bus ticket home.

After giving directions, she turned back and called out:

"If you don't have a travel permit from the government, they won't rent you a room." Two tears fell from my eyes, silently, but my eyes brightened when she said she would let me sleep with her family.

Her "home" was just the front porch of someone else's house. She and her family called it their house. I had no choice but to sleep there for one night.

Neither her husband nor I knew how to drink beer, yet I bought beer and snacks to "celebrate" under the moon, under that empty veranda.

The three of us made faces, drinking beer and burst into laughter, because none of us had ever drunk before.

After that laughter, the distance between us disappeared.

I confided my troubles in an innocent voice; her husband, Brother Hai Quân, also opened, sharing his hardships, and Chị Duyên beamed with happiness.

She whispered to me: "He rarely talks, even to me, but tonight he's talking so much, it's strange."

She played with her children; they laughed and pressed their heads against her chest. He smiled too, pulling one child into his arms.

This was family happiness. She said every day was peaceful like this, but if he could find a job, with a little more food, life would be better.

When he had no work, their family only ate sweet potatoes. They bathed and washed in the river; their toilet was at the bus station.

Near dawn, he sat silently on the veranda.

I came over with two bottles of beer and sat beside him, and he spoke, spoke endlessly, pouring out his heart to me, a stranger who could understand him. "You're the only one I can tell all this to… if I die, at least my heart won't be buried without anyone knowing."

Only I knew his heart, what he would carry to his grave, and only I knew Chị Duyên's heart, the heart of a modern-day waiting wife.

And that night, lying next to Chị Duyên, I suddenly remembered his eyes, the eyes of that man, the owner of the house where I slept a few nights thirty years ago. The dazed, lovesick eyes he had for me when I was twenty.

Tomorrow, I will go search for a fleeting phase of my youth in those eyes.

3. CHỊ DUYÊN

I swept the bus station from the Autumn of '78, a few months before my husband left. He went far away to look for work, hardly ten days, then came rushing back, forlorn, handing me a bundle of gold:

"I'm working far away. Sometimes someone will bring money back for you to feed the children. This gold, I borrowed it in advance from my employer."

He kissed me, blurred with tears.

The first kiss my husband ever gave me.

We were like two branches blown by the wind, falling onto each other, tangled together, and living on like that, never knowing what it meant to love or not love. Neither of us had a past worth telling, neither hot-tempered nor quarrelsome, nor any exciting stories to tell one another. I spoke little; he spoke even less. When we had a free moment, we simply sat side by side, silently staring at the vague sky and earth. That was all. Our life was as still as a small pond.

There were nights lying next to each other on the crowded sleeping platform, both shy, he would only grope my face, my arms, my legs, then we would both fall asleep. He didn't know how to kiss, at least that's what I thought. I had once seen people kiss on TV long ago, when my eyes were still clear, but it left no impression.

There were also a few times he worked himself up like my grandmother's male dog, and I just let him do whatever he wanted, painful as it was, because he was my husband, after all. After he brought the children and me to this bus station, he changed. He often sat silently for hours, not speaking a word, sadness spreading into the vast air around him… Every morning, he rode the horse-drawn cart out to the countryside to hire himself out as a farmhand. Sometimes he brought home a bit of money; sometimes no one hired him, and he lost even the cart fare.

As for me, I had just managed to get the job of sweeping the bus station, an excellent job, because my eyesight was failing, but for sweeping, even blurry eyes could manage. And our two children, three and two years old, could sit under some tree while I swept and watched them.

Convenient as could be.

At night, our family huddled under the veranda of a kind household near the bus station, sleeping among travelers stranded for the night. That was good enough. Only on rainy nights was it miserable, open on three sides, the wind froze us to the bone. We held the children to our chests, leaning against the wall, covering them with every scrap of cloth we had so they wouldn't get wet.

That morning, he handed me the gold, and then disappeared...

Only occasionally would someone bring gold back, accompanied by a few words: "I'm healthy. I'm busy working, so I can't visit you and the children."

In truth, since he left, the children and I had better meals, and that alone satisfied me. Sometimes I panicked—perhaps he had died, since he never returned, but then someone would show up with gold and a letter, and I would feel relieved again. The cold gold warmed my heart. But still... if only he would come back to visit.

Sometimes my heart tightened when I thought about his kiss. Why was it blurred with tears...

4. ANH HAI QUÂN

I worked as a bricklayer for a construction company. Duyên cooked for the workers. Whenever we started building a new project, we set up a temporary shelter. The shelter was a row of makeshift rooms built from bamboo, very simple, with two long platforms big enough for twenty workers to sleep on. Duyên slept in the kitchen. Duyên was thin and frail, with plain looks.

I wasn't any better, dark-skinned, skinny…

Since we were from the same hometown, sometimes we exchanged a few sentences.

When Duyên was a child, her parents were killed by artillery shells. She herself was injured and lost one eye and lived with her grandmother. Her grandmother was elderly and Duyên's eyesight was weak, so the two of them survived by patching life together. Some days they went hungry and barely had enough to survive. Maybe because of that, Duyên's face was always sad, resigned; I hardly ever saw her smile.

Every night, while the workers joked and laughed loudly, Duyên worked quietly in the kitchen or lay near the fire. They were like a world separate from Duyên, and no one thought of teasing or talking to her, maybe because she was disabled and not pretty. One day, I blurted out to

Duyên:

"Men grow up and must take a wife; women grow up and must take a husband. How about... we get married, Duyên?"

Duyên stammered:

"I don't know... you'll have to ask Grandma..."

I bought a tray of sticky rice and a few dozen cakes, asked someone to help with the proposal, and married Duyên in the simplest way.

On the wedding day, the groom's side consisted of twenty bricklayers, messy hair and clothes, except me, I bought a brand-new outfit from the local market, stiff and awkward, because only my work clothes felt comfortable. But it was my wedding day, so I had to wear it. Duyên wore her grandmother's loose, old áo dài, poorly hemmed, along with a brand-new pair of wooden clogs and a new hair clip for a bit of charm. She stood beside me, head lowered in shyness, as we knelt before a bronze incense burner, a few incense sticks, and two bouquets of fake flowers. In truth, we didn't even know whom we were bowing to, but it was a wedding, so we did what people do.

After that came a sincere celebration, set right on the sleeping platform. The men drank, sang, and laughed wholeheartedly, with no formality, beating chopsticks on bowls, tapping spoons on bottles, shouting songs... "If our dream doesn't come true, what then..." "It isn't the battlefield that kills the soldier, but the girl died at home, in her youthful spring..."

On Duyen's side, there were no guests. Her grandmother said she couldn't afford to buy her granddaughter a wedding dress, so how could she afford to host a feast? So only Grandma and Duyen sat on two wooden beams in the kitchen, not part of the celebration. I saw Grandma wiping her tears from time to time, perhaps from joy, because she finally married off her orphaned, plain-looking granddaughter.

After the wedding, Duyen carried her bundle of clothes over to my sleeping platform.

And just like that, we became a family.

The ten-person sleeping platform became eleven when Duyên moved in. From the day I shared the platform with her, I didn't dare turn over too strongly, the whole platform would creak and shake... and the next day the guys would tease me, and the shame would be unbearable.

So, after half a year lying beside each other, Duyên was still a virgin. Until one time. Her grandmother died, and we returned home to observe the funeral. Three days of guests and busy rituals. On the fourth day, when everything was done, the house was empty; Duyên sat crying, lay crying. In the quiet night, pitying her grief, I comforted and held her, and the man in me awoke suddenly, at the wrong time.

But Duyên yielded. I was clumsy, and she kept crying, reminiscing about her grandmother… Like a horse that had caught its stride, I climbed onto her. She endured it, submitting to me in silence…

That night, Duyên became pregnant.

When we returned to the company, sharing that platform with ten others again, the same fear of shaking the whole thing caused me not to touch her.

So, a full year later, on her grandmother's death anniversary, I had the chance to be close to her once more… When Duyên went into the storage room to get rice to cook for the guests, I followed her in and pushed her onto the ground, like a rooster mounting a hen. Quick, clumsy, rushed, but done…

And somehow, Duyên became pregnant again. After giving birth, she said:

"The mosquito net's too crowded, too many kids. You sleep somewhere else, alright?" So, I moved over to sleep with the other men, and finally slept well, able to turn freely, though the platform still shook whenever I moved.

Three years later, the company went bankrupt, the owner disappeared, the workers scattered, and I lost two months of wages…

My wife, my children and I drifted to the town to find work…

Luckily, there was a veranda near the bus station, some stranded passengers were already lying around, and my family squeezed in and found a spot to sleep. Day after day, I went out searching for work, hoe in hand, hoping someone would hire me to clear weeds; sometimes paid, sometimes not…

Duyên swept trash at the station, and with that, we scraped by.

But when night fell, sleeping under someone's veranda, open on all sides… I longed desperately for a home, even a torn, shabby one.

Rumor spread that up in Lâm Đồng, they were hiring laborers for gardens. Unemployed men and women flocked there.

They stood crowded on street corners; orchard owners drove by, choosing workers based on being thin, fat, strong, weak…

If chosen, we would receive one day without

unemployment, at night we slept wherever we could, and then the next morning stood again at the street corner, waiting to be hired. I asked Duyên for a small amount of money to buy a bus ticket... And once again, I left to look for work...

Riding the inter-provincial bus, yes, I had taken such buses a few times.

The first time going with my mother to the city, people were bustling, clothes neat and fine... Mother went to the city to ask for work as a maid. Her heart must have been breaking, thinking of the flock of children who would be without her, fending for themselves.

When she became pregnant, her husband, my father, a mason, fell to his death. After giving birth, she left the older sibling to care for the younger and carried her swollen, milk-heavy breasts to the city to work as a wet nurse for someone else's child.

But my heart that day felt like a festival, joyful, delighted, because I got to sit on a bus, got to go to the city, got to have treats from my mother.

I had taken the bus a few other times to look for work, but never had my heart been as heavy as today... the future bleak, and what if I couldn't find a job...

On the bus were many who seemed poor, but also

many who looked satisfied, carefree, spending without worry… I didn't resent them, didn't envy them, but my heart brimmed with tears of pity for Duyên, for my children…

Someone once said, "The poor suffer more from the excesses of others than from their own poverty…" and the cross borne by the ones you love, when you cannot carry it for them, is heavier by far than your own cross…

Beautiful scenery. Wind whistling along the roadside… fields, hills, houses, flowers… But nothing mattered when my stomach was empty, and I didn't know where I would sleep tomorrow, what I would eat… And my wife and children… Oh God, let me trade my life for Duyên's happiness and that of our children…

Then a few stray strands of hair brushed my cheek. A young woman…

The bus was crowded, no seats left; she had been standing in front of me for nearly half a day, and I hadn't even noticed… Snapping out of my daze, I stared startled, then stood up to offer my seat. Her eyes lit up with a grateful smile, she was exhausted.

She started talking; I answered sparingly. When a man is too poor, with an uncertain future, he loses the appetite for conversation.

When someone got off, I sat next to her... She spoke again; I replied softly... I asked a few polite questions, and she told me stories, so many stories...

No rich person, no beautiful girl had ever talked that much to me...

The breeze was cool and soothing, making me sleepy, but my shoulder grew heavy. Thu, the strange girl, had fallen asleep on my shoulder... She slept like a child, half her warm, sweet-smelling body resting trustingly against me. It felt strange, like that one time I got to bathe in a luxurious hotel bathtub, with hot water, fragrant soap, and a spotless white towel, when I followed my boss to the city.

There is a story about a small, pretty young mistress who brought food up the mountain for a poor shepherd. They were so caught up talking that night fell and she couldn't go home. The girl leaned against the shepherd's shoulder; together they sat watching the moon and stars while he told her stories about the sky. The story says the shepherd sat frozen, overwhelmed with emotion, sitting very still to listen to his own heart stir, and sitting very still so as not to shatter the girl's dream of moonlight and stars.

That could never happen, unless the shepherd had enough to eat twice a day, enough humanity left in him to listen to his heart...

"My handbag."

Thu stirred awake, her face suddenly pale. She panicked and bent over to search for her handbag.

"Here it is."

I handed it to her.

"You fell asleep and dropped it on the floor. I kept it for you."

Thu, overjoyed, threw her arms around me, and again I felt that strange sensation… At dusk, the bus broke down. The driver announced we had to sleep there for the night. Everyone looked for a place to sit or lie down. Thu took the lead, briskly grabbing my hand.

"Come with me."

At a nearby house, she calmly said:

"We were riding the bus. It broke down on the road. My husband is sick. Please let us stay the night."

The homeowner was about to refuse, but Thu spread out a thick wad of cash. Both the woman and I were stunned. They arranged a neat, proper room for us.

Inside the room, Thu emptied her bag onto the bed, several dozen gold taels gleamed. Gold, my God! I had never seen so much gold in my life!

"My parents gave me this money to pay for a boat so

our whole family can escape. I don't dare sleep outside, and I don't dare sleep alone, I'm afraid of being robbed. You'll sleep with me tonight!"

Thu took charge of everything, from bringing me here to turning me into a real man. She kneaded me like dough before making a cake. Even a poor man can fulfill his role as a man, as long as there is a private corner for it. I followed her lead, kneading Thu like dough before baking, slowly peeling off her clothes piece by piece, like unwrapping a sticky rice dumpling, until only a warm, fragrant, white body remained...

Thu was no virgin; she was skilled, experienced... She taught me everything. Ah! She was worlds apart from Duyên. Duyên was delicate like a flower, Thu ripe like a piece of fruit. Duyên was gentle, mild, patient, saintlike beneath me; Thu was wild, fierce, and stormy.

At night, Thu clung to me and confided: she had loved men before, handsome like movie actors, caring for every meal and every sleep. They gazed at her with passion, kissed her lips, slept with her every night, and still wrote her letters aching with longing. When she worked at her parents' shop during the day, she was immersed in happiness, swimming in love filled with flowers and butterflies. But in the end, he disappeared with a large portion of her family's money.

Early the next morning, the bus had been repaired.

Urging Thu to get on, she clung to me tightly, whispering:

"Forget it all, forget it all. I'm not going anywhere. My whole family is preparing to escape to another country by boat. I don't want to go at all, but I'm afraid to stay behind alone, so I have to go. But now that I have you, I'll stay here with you. I trust you. Once my parents leave, you and I will be the owners of Hai Ky Fabric Shop. We'll live comfortably!"

My ears rang. Hai Ky Fabric Shop, the largest store in the province, belonged to her parents, and one day would belong to us if I married her...

"Yes? Yes? Stay with me!"

I had suddenly become unexpectedly sophisticated and modern, answering Thu with the most practical gesture she had just taught me...

My heart surged with emotion, not because of Thu's soft, fragrant, fair-skinned body, but because of the vision of Duyên's bright laughter and our two children around a dinner table overflowing with food, inside the beautiful three-room, two-wing house that Duyên had always dreamed of.

Duyên's happiness was for her husband and children to be well-fed. Her dream was a house of her own. I would give her what she longed for. Duyên, Duyên, the simple woman, gentle as wildflowers and meadow grass.

The woman I loved all my life.

Translated by Nguyễn Thị Phương Đông

MỤC LỤC

MÀU THỜI GIAN 7

KHÚC NĂM TƯ 89

KHÚC NĂM SÁU 109

KHÚC NĂM BẢY 163

KHÚC NĂM TÁM 171

KHÚC NĂM CHÍN 185

KHÚC SÁU MƯƠI 195

COLOR OF THE TIME 201

Nhân Ảnh
2026

Liên lạc tác giả
lanngocnguyen12391@gmail.com

Liên lạc Nhà xuất bản
han.le3359@gmail.com
(408) 722-5626

www.ingramcontent.com/pod-product-compliance
Lightning Source LLC
LaVergne TN
LVHW090314210926
848480LV00001B/246